ડાંગ જિલ્લાના આદિવાસીઓના આર્થિક અને સામાજીક સ્થિતિનો અભ્યાસ

:: Author ::

Dr. Snehal K. Ganvit

(M.A.,M.Phil.,B.ed., Ph.D)

PUBLISHED BY

The New Era International Publishing House
HQ. At & Po. Chaveli., Ta- Chansma,
Dist- Patan, North Gujarat, India, Asia.
www.iphouseindia.com

First Publication: 17th MARCH, 2015

ISBN:- 978-15-08950-07-3

Price: Rs.800/- INDIA
$ 15 OUTSIDE INDIA

PUBLISHED BY

The New Era International Publishing House
HQ. At & Po. Chaveli., Ta- Chansma,
Dist- Patan, North Gujarat, India, Asia.
www.iphouseindia.com

નિવેદન

શિક્ષણનો વ્યાપ વધારવા માટે તથા તેને વધુ ને વધુ ગુણવત્તા સભર બનાવવા માટે ભારત સરકાર તથા ખાસ કરીને ગુજરાત સરકાર દ્વારા સતત પ્રયાસો હાથ ધરવામાં આવી રહ્યા છે. ત્યારે "ડાંગ જિલ્લાના આદિવાસીઓના આર્થિક અને સામાજિક પરિસ્થિતીનો અભ્યાસ" નામનું આ પુસ્તક રજૂ કરતાં અત્યંત હર્ષની લાગણી અનુભવું છું. આ પુસ્તક ભવિષ્યમાં સંશોધનકારો માટે ખૂબ જ ઉપયોગી નીવડે તેવી આશા રાખું છું.

૨૧ મી સદી જ્ઞાન,માહિતી તેમજ ટેક્નોલૉજીની સદી છે.મારી આ અનંત શૈક્ષણિક યાત્રા દરમ્યાન માર્ગદર્શન પૂરું પાડનાર ડૉ.એન.આર.શાહ(અર્થશાસ્ત્ર ભવન સૌરાષ્ટ્ર યુનિ. રાજકોટ), મહાનુભાવો, તેમજ મિત્રોનો હું હૃદયપૂર્વક આભાર માનું છું.

અંતે, આ પુસ્તકના પ્રકાશન કાર્યમાં યોગ્ય માર્ગદર્શન આપી સમયસર પુસ્તક તૈયાર કરવામાં મદદ કરનાર પ્રકાશકનો પણ આભાર માનું છું.

ડૉ. સ્નેહલ કે.ગાંવિત

Index

પ્રકરણ - ૧
વિષય પ્રવેશ

૧.૧ પ્રસ્તાવના :

વિશ્વના ઘણા દેશો આજે ઝડપી પ્રગતિ કરી રહ્યા છે. દેશના વૃદ્ધિ અને વિકાસને માપવા માટે રાષ્ટ્રીય આવક અને માથાદીઠ આવકને આર્થિકવિકાસનાં માપદંડ તરીકે ઉપયોગમાં લેવામાં આવી રહ્યાં છે. પરંતુ કેટલાક દેશોના અભ્યાસ પરથી રાષ્ટ્રીય આવક અને માથાદીઠ આવક ઊંચી હોવા છતાં આવા દેશોનાં લોકોનાં જીવનધોરણમાં સુધારો થયો ન હતો. પરિણામે આર્થિક વૃદ્ધિ અને વિકાસનાં માપદંડ તરીકે જીવનની ગુણવત્તા (Quality of Life) પર ભાર મૂકવામાં આવી રહ્યો છે. આ દિશામાં સૌ પ્રથમ જીવનધોરણ ગુણવત્તા આંક શોધવાનો પ્રયત્ન ડેવિસ મોરિસ ડેવિસે કર્યો હતો. ત્યાર પછી વૈશ્વિક કક્ષાએ દુનિયાના દરેક દેશોએ કરેલી પ્રગતિ અને તેમના જીવનધોરણમાં થયેલા સુધારાને માપવા માટે સંયુક્ત રાષ્ટ્રોએ તેના વિશ્વ વિકાસ અહેવાલમાં માનવ વિકાસ આંક (Human Development Index-HDI) શોધીને દુનિયાના દેશોને જીવનધોરણની ગુણવત્તાના અને માનવ વિકાસને આધારે દુનિયાના દેશોને ક્રમ આપવામાં આવે છે. આમ, આર્થિક વિકાસના માપદંડ તરીકે રાષ્ટ્રીય આવક કે માથાદીઠ આવક નહીં, પરંતુ જીવનધોરણને સ્વીકારવામાં આવી છે.

૧.૨ ગુજરાતના આદિવાસીઓનો ટૂંકમાં પરિચય તથા વસ્તી :

સમગ્ર ભારતની આદિવાસી વસ્તીનો ખ્યાલ કરીએ તો આદિવાસી વસ્તીની સંખ્યાની દ્રષ્ટિએ ગુજરાતનો પાંચમો ક્રમ આવે છે. ૨૦૧૧ મુજબ ગુજરાતમાં આદિવાસીઓની વસ્તી ૮૯,૧૭,૧૭૪ ની છે. જે કુલ વસ્તીના ૧૫% છે. આદિવાસી વસ્તી ધરાવતા ગુજરાતમાં જુદાં જુદાં જિલ્લાઓમાં સૌથી વધુ વસ્તી ડાંગ, સુરત જિલ્લામાં જોવા મળે છે. ત્યાર પછીથી દાહોદ, વડોદરા, વલસાડ, નવસારી અને પંચમહાલનો સમાવેશ થાય છે. ગુજરાતમાં ૨૯ જેટલા વનવાસી પ્રજાના જૂથો નિવાસ કરે છે. પ્રત્યેક જૂથને એના જાતિગત નામકરણ છે. દાંતાથી ડાંગ સુધીની પટ્ટી વનવાસી પ્રજાની છે. એમાં દાંતાના પશ્ચિમોત્તર વિસ્તારના પાલનપુર-ખેડબ્રહ્માના ગરાસિયા, ભીલ, ડુંગરી ભીલ, કાથોડ ભીલ અને નાયક ભીલ ખાસ છે. દાંતાની પટ્ટીની બીજી તરફ રાજસ્થાન હોઈને આ પટ્ટી પર ગુજરાત-રાજસ્થાનની સંસ્કૃતિની અસર છે. વચ્ચેના ભાગે વડોદરા, પંચમહાલ, છોટાઉદેપુર અને સંખેડા વિસ્તારમાં રાઠવા, ધાનકા, દુબળા, નાયકાનાં જૂથો છે. આ પટ્ટીની બીજી તરફ

મધ્યપ્રદેશ હોઈને ગુજરાત અને મધ્યપ્રદેશની સાંસ્કૃતિક અસરો વનવાસી પ્રજામાં છે. અંતિમ ભાગ ડાંગ પટ્ટીનો છે. જે ભરૂચ, સુરત,વલસાડ અને ડાંગ વિસ્તારમાં દુબળા, ગામીત, ચૌધરી, કાથોડી, વારલી, ધાનકા, કુનબી અને કુંકણા જૂથોની પટ્ટી છે. આ પટ્ટીની બીજી તરફ મહારાષ્ટ્ર પ્રદેશ છે. અહીં ગુજરાત-મહારાષ્ટ્રની સંસ્કૃતિનો પ્રભાવ છે.

૧.૩ ગુજરાતમાં વસ્તી કુલ ૨૯ આદિવાસી જન જાતિઓ

૧. બરડા
૨. બાવચા (બામચા)
૩. ભરવાડ (આલેચ, ગીર અને બરડા જંગલનાં નેશ વિસ્તારમાં)
૪. ભીલ (ભીલ ગરાસિયા, ઢોલી ભીલ, ડુંગરી ભીલ, ડુંગરી ગરાસિયા મેવાસી ભીલ, રાવલ ભીલ, તડવી ભીલ, ભાગલીયા, ભીલાલા, પવાર વસાવા, વસાવે)
૫. ચારણ (આવેચ, બરડા અને ગીરનાં જંગલના નેશ વિસ્તારમાં)
૬. ચૌધરી (સુરત, તાપી અને વલસાડ જિલ્લામાં)
૭. ચૌધરા
૮. ધાનકા-તડવી, તેતરીયા, વાલવી.
૯. ધોડિયા (ઢોડી)
૧૦. તલાવિયા, હળપતિ (દુબળા)
૧૧. ગામિત (ગામટા, ગાવીત, માવચી, પડવી)
૧૨. ગોંડ (ગદન્ડા, રાજગોંડ)
૧૩. કાથોડી (કાતકરી, ઢોર કાથોડી, ઢોર કાતકરી, સોની, કાથોડી, સોની કાતકરી)
૧૪. કોંકણાં (કોંકણી, કુકણા)
૧૫. કોળી (કચ્છ જિલ્લામાં)
૧૬. કોલઘા (કોળી ઢોર, ટોકરે કોળી, કોલચા) *
૧૭. કુનબી, કણબી (ડાંગ જિલ્લો)
૧૮. નાયકા (નાયકડા, તોલીવાલા નાયકા, કાપડિયા નાયકા, મોટા નાયકા, નાના નાયકા)
૧૯. પઢાર

૨૦. પારઘી (કચ્છ જિલ્લો)*

૨૧. પારઘી, અડવી ચીમર, ફણશે (અમરેલી, ભાવનગર, જામનગર, જુનાગઢ, કચ્છ, રાજકોટ અને સુરેન્દ્રનગર જિલ્લા સિવાયના)

૨૨. પટેલિયા

૨૩. પોમલા

૨૪. રબારી (આવેચ બરડા અને ગીરના જંગલના નેશ વિસ્તારોમાં)

૨૫. રાઠવા (વડોદરા અને નર્મદાના વિસ્તારોમાં)

૨૬. સીદી (અમરેલી, ભાવનગર, જામનગર, જૂનાગઢ, રાજકોટ અને સુરેન્દ્રનગર જિલ્લામાં)

૨૭. વાઘરી (કચ્છ જિલ્લો)

૨૮. વારલી

૨૯. વીટોળિયા, કોટવાળિયા, બરોડિયા

૧.૪ આદિવાસીનો (અનુસૂચિત જન જાતિ) નો અર્થ :

ભારતના આદિવાસીઓ કે જન જાતિઓ માટેનું બંધારણીય નામ અનુસૂચિત આદિજાતિઓ છે. આદિવાસીઓ જંગલો અને પહાડી પ્રદેશોમાં તેમજ પ્રાકૃતિક રીતે અલગતા ધરાવતા પ્રદેશોમાં વસવાટ કરે છે. તેઓને જુદાં જુદાં નામે ઓળખવામાં આવે છે. આદિવાસીઓને 'ગિરિજનો', 'વનવાસી', 'મૂળવતનીઓ' તરીકે ઓળખવામાં આવે છે. આદિવાસીઓ માટેના પ્રચલિત નામોમાં વન્ય જાતિ, વનવાસી, પહાડી, આદિમ જાતિ, આદિવાસી, આદિ જાતિ, અનુસૂચિત આદિજાતિ વગેરે નામોનો સમાવેશ થાય છે. આ બધા નામોમાં 'આદિવાસી' શબ્દ વધુ પ્રચલિત છે. 'અનુસૂચિત આદિજાતિ' એ આદિવાસીઓ માટે પ્રયોજિત બંધારણીય ભાષા છે. 'અનુસૂચિત આદિજાતિ' પરિભાષા આદિવાસીઓ માટે વપરાતી બધી પરિભાષાઓને આવરી લે છે.

૧.૫ અભ્યાસક્ષેત્રની પસંદગી :

સંશોધન કરવા સૌથી અગત્યની બાબત અભ્યાસક્ષેત્રની પસંદગી કરવાની છે. સંશોધન માટે પસંદ કરેલ વિષય માટે જરૂરી માહિતી સચોટ તથા વિશાળ સ્વરૂપે મળે એ મહત્ત્વનું છે. કોઈપણ વિષય વસ્તુના અભ્યાસ માટે ક્ષેત્ર પસંદગી ખૂબ જ જરૂરી અને મહત્ત્વનું બની જાય છે. પસંદ કરવામાં આવેલ ક્ષેત્રમાંથી વિષયને લગતી જરૂરી માહિતી તેમજ વિશ્વસનીય માહિતી એકત્ર કરવાની સરળ હોવી જોઈએ.

આ બાબતને ધ્યાનમાં રાખીને ગુજરાત રાજયનાં ડાંગ જિલ્લાના ગામડાની પસંદગી કરી છે.

(અ) વિસ્તારની પસંદગી :

ડાંગ જિલ્લાનો એકજ તાલુકો આહવા છે. હાલમાં નવા નિમાયેલા તાલુકા આહવા, વઘઈ, સુબીર છે. એમાંથી મે આહવા તાલુકામાંથી સુન્દા અને જોગબારી, વઘઈ તાલુકામાંથી ગુંજપેડા અને મોટીદાબદર, સુબીર તાલુકામાંથી જામલા અને વાડીયાવન એમ કુલ છ ગામોની પસંદગી કરી છે.

(બ) નિદર્શની પસંદગી :

વિષયને ધ્યાનમાં રાખીને કુંટુંબના ઉત્તરદાતાની પસંદગી નિદર્શન પદ્ધતિથી ૨% લેખે ૪૨૮ કુટુંબોની પસંદગી કરવામાં આવી છે. તેમાંથી યાદચ્છિક પદ્ધતિ (સિમ્પલ એન્ડ રેન્ડમ પદ્ધતિ) થી ૨૭૦ કુંટુંબોની પસંદગી કરવામાં આવી છે . પસંદ કરેલા ગામોમાંથી એક ગામમાંથી ૪૫ કુટુંબોને પસંદગી કરી અભ્યાસ કરેલ છે. જે નીચે મુજબ છે.

કોષ્ટક નં.૧.૪

આદિવાસી કુટુંબની પસંદગી દર્શાવતું કોષ્ટક

જીલ્લાનું નામ	પસંદ કરેલા ગામનું નામ ૨% લેખે (કુલ ગામ ૩૧૧)	કુટુંબોની સંખ્યા	યાદચ્છિક રીતે (સિમ્પલ એન્ડ રેન્ડમ પદ્ધતિથી) પસંદ કરેલા કુટુંબોની સંખ્યા
ડાંગ	જામલા	૮૫	૪૫
	ગુંડપેડા	૫૩	૪૫
	વાડિયાવન	૫૪	૪૫
	સુન્દા	૧૦૭	૪૫
	મોટીદાબદર	૭૮	૪૫
	જ્ગબારી	૫૧	૪૫
કુલ		૪૨૮	૨૭૦

અભ્યાસનું વર્ષ : વિષયના અનુસંધાને અભ્યાસક્ષેત્રનું વર્ષ ૨૦૧૩-૨૦૧૪ ને ધ્યાનમાં લેવામાં આવ્યું છે.

૧.૬ અભ્યાસના હેતુઓ (Objectives) :

દરેક સંશોધન અભ્યાસના પોતાના ખાસ હેતુઓ હોય છે, તેજ પ્રમાણે પ્રસ્તુત સંશોધનના અભ્યાસના હેતુઓ નીચે મુજબ છે.

૧. ડાંગ જિલ્લાના આદિવાસીઓની આર્થિક પરિસ્થિતિનો અભ્યાસ કરવો.

૨. ડાંગ જિલ્લાના આદિવાસીઓના સામાજિક અને સાંસ્કૃતિક પરિસ્થિતિનો અભ્યાસ કરવો.

૧.૭ અભ્યાસનું મહત્ત્વ / ઉપયોગ :

પ્રસ્તુત અભ્યાસમાં આદિવાસીના જીવનધોરણના સામાજિક, આર્થિક પરિસ્થિતિઓને લગતો છે. આ અભ્યાસ દ્વારા આદિવાસીઓના જીવનધોરણની સ્થિતિ કેવી છે તે અંગે ખ્યાલ આવશે. તેમજ કોઈ પણ પ્રકારનો અભ્યાસ કરવામાં આવે તો તેની પાછળ ખાસ હેતુ હોય છે. તે અભ્યાસનું મહત્ત્વ હોય છે.

૧. આ અભ્યાસ તાલુકાના પ્રબુદ્ધ વ્યક્તિઓ, જિજ્ઞાશુઓ અને જાગૃત નાગરિકોને પોતાના તાલુકો, પોતાનું ગામ વિશેની તલસ્પર્શી જ્ઞાન આપશે.

૨. આ અભ્યાસ ગ્રામ પંચાયતના નવા નિયુક્ત સરપંચને ઉપયોગી બનશે.

૩. આ અભ્યાસ દ્વારા અન્ય સંશોધકો માટે નવી દિશા ખુલશે.

૪. આ અભ્યાસ દ્વારા કઈ કઈ જ્ઞાતિનો સમાવેશ થાય છે તેનો ખ્યાલ આવશે.

૫. આ અભ્યાસ પરથી આદિવાસીઓના વિકાસ માટે વિવિધ યોજના હાથ ધરવામાં આવી છે. તેના દ્વારા આદિવાસીઓનો કેટલો વિકાસ થયો છે. તે જાણી શકાશે.

૬. આ અભ્યાસ પરથી આદિવાસીના સામાજિક, રિત-રિવાજો, સાંસ્કૃતિક, રહેણી કરણી વગેરેનો ખ્યાલ આવશે.

૭. આ અભ્યાસ પરથી આદિવાસીઓમાં શિક્ષણનો કેટલો વિકાસ થયો છે તે જાણી શકાશે.

૮. આ અભ્યાસ પરથી આદિવાસીઓને વિકાસ માટે નડતા પ્રશ્નો પર પ્રકાશ પાડવામાં આવશે. તેને લીધે આ પ્રશ્નો પર ધ્યાન પડશે. તેથી તેને ઉકેલવા માટે પ્રયાસો થઈ શકશે.

૯. આ અભ્યાસો પરથી આદિવાસીઓ પ્રત્યે હજી પણ કેટલીક ગેરસમજો છે. જેમકે આદિવાસીઓ એટલે ઝાડ પર રહેનારા, તીર કામઠા લઈને ફરનારા વગેરે ગેરસમજો દૂર થઈ શકશે.

૧૦. આ અભ્યાસ અન્ય શૈક્ષણિક સંસ્થાઓ તેમજ બિન શૈક્ષણિક સંસ્થાઓ માટે પણ ઉપયોગી થશે.

૧૧. આ અભ્યાસ દ્વારા આદિવાસી લોકોના જીવનધોરણમાં પરિવર્તન આવ્યું કે નહિ તે અંગેનો ખ્યાલ આવશે.

૧.૮ સંશોધન પદ્ધતિ :

પ્રસ્તુત સંશોધન પ્રાથમિક માહિતી તેમજ ગૌણ માહિતી ઉપર આધારિત રહેશે.

૧. પ્રાથમિક માહિતી :

સંશોધન કાર્યમાં વિષયને અનુરૂપ વાસ્તવિક પરિસ્થિતિનો અભ્યાસ કરવા, પ્રાથમિક માહિતી જરૂરી છે. પ્રાથમિક માહિતી સંશોધક પ્રત્યક્ષ રીતે મેળવીને તેનો ઉપયોગ સંશોધન કાર્યમાં કરે છે. આ માહિતી વિશ્વસનીય અને સચોટ હોય છે.

આ અભ્યાસ માટે પસંદ કરેલ ગામોના આદિવાસી જ્ઞાતિના કુટંબો પાસેથી પ્રશ્નાવલી દ્વારા પ્રાથમિક માહિતી મેળવવામાં આવી છે.

(અ) મુલાકાત પદ્ધતિ :

આ પદ્ધતિ દ્વારા ગામમાં પ્રત્યક્ષ કે પરોક્ષ મુલાકાત લઈને માહિતી એકત્રીત કરવામાં આવી છે, તેને મુલાકાત પદ્ધતિ કહેવાય છે. આ પદ્ધતિ દ્વારા લોકો પાસે જે માહિતી મેળવવાની હોય તેનો સંપર્ક કરવાનો હોય છે. જેમકે, સરપંચશ્રી, તલાટીશ્રી, ગામના વડીલો દ્વારા પણ પ્રાથમિક માહિતી મેળવવામાં આવી છે.

(બ) પ્રશ્નાવલી :

અભ્યાસ હેતુઓને અનુરૂપ પ્રશ્નોની યાદી બનાવી આદિવાસી જ્ઞાતિના કુટુંબોની પ્રત્યક્ષ મુલાકાત લઈ આ માહિતી મેળવવામાં આવે છે.

૨. ગૌણ માહિતી :

જ્યારે કોઈ વ્યક્તિ અથવા સંસ્થા બીજી કોઈ વ્યક્તિ અથવા સંસ્થા દ્વારા મેળવેલ માહિતીનો ઉપયોગ પોતાના સંશોધન કે અભ્યાસ માટે કરે, તો તેવી માહિતીને ગૌણ માહિતી કહે છે. ગૌણ માહિતી ગ્રંથાલય, સરકારી કચેરીઓ, પ્રકાશનો વેબસાઈટો વગેરેમાંથી પ્રાપ્ત થાય છે.

(અ) **ગ્રંથાલય :** ડાંગ જિલ્લાની આંકડાકિય રૂપરેખા, સંશોધન વિષયને અનુરૂપ થયેલા અભ્યાસો, પુસ્તકો, અહેવાલો કેન્દ્ર સરકાર અને રાજ્ય સરકાર દ્વારા પ્રકાશિત કરવામાં આવેલ ગણતરી વગેરેમાંથી માહિતી મેળવવામાં આવેલ છે. આ

ઉપરાંત ઈકોનોમિક્સ સર્વે, ગ્રામ વિકાસનું અર્થશાસ્ત્ર વગેરેનો ઉપયોગ કરવામાં આવેલ છે.

(બ) **સરકારી કચેરી :**

સંશોધન કાર્ય માટે વિષય અનુરૂપ માહિતી ડાંગ જિલ્લાના સંશોધન કચેરીમાંથી મેળવી હતી. તેમજ ગ્રામ પંચાયત અને તાલુકામાંથી મેળવી છે.

૧.૯ પ્રકરણ આયોજન

પ્રકરણ – ૧ વિષય પ્રવેશ

પ્રકરણ – ૨ વિષય સંબધિત સાહિત્યની સમીક્ષા

પ્રકરણ – ૩ અભ્યાસક્ષેત્રનો પરિચય

પ્રકરણ – ૪ સંશોધનની આધારશીલા અને યોજના ઉપકરણ નમૂના પસંદગી, માહિતી પૃથ્થકરણની પદ્ધતિ

પ્રકરણ – ૫ માહિતીનું એકત્રીકરણ, પૃથ્થકરણ,વિશ્લેષણ અને અર્થઘટન

પ્રકરણ – ૬ સંશોધન અભ્યાસના તારણો

પ્રકરણ - ૨
વિષય સંબધિત સાહિત્યની સમીક્ષા

૨.૧ પ્રસ્તાવના :

સંશોધનની સમસ્યાને તેના સ્વરૂપને વિવિધ રીતે સમજવા અને વિકસાવવાના હેતુસર સબંધિત સાહિત્યનો અભ્યાસ સંશોધક માટે જરૂરી છે. આ પ્રકારનો અભ્યાસ સંશોધક માટે જરૂરી છે. આ પ્રકારનો અભ્યાસ સંધોધન યોજનાને યોગ્ય સ્વરૂપ આપી તેને ચોક્કસ દિશામાં લાવવા માટે માર્ગદર્શક બને છે. તેમજ કોઈપણ ઘટનાનું સંશોધન ભાગ્યે જ પહેલું કે છેલ્લું હોય શકે. કેમકે, ભૂતકાળમાં તે ઘટના વિશે કોઈ અભ્યાસ થયો છે અથવા તે ઘટનાના અભ્યાસક્ષેત્રનો ઓછો ઉપયોગ થયેલો હોય તેવું બને, તો બીજી બાજુ કોઈપણ સંશોધન છેલ્લું પણ હોતું નથી અને હોઈ શકે પણ નહીં, કારણ કે અગાઉ થયેલા સંશોધનના અનુસંધાને તે પછી સંશોધન કાર્ય હાથ ધરાય છે.

કોઈપણ સંશોધકે પોતાના સંશોધન વિષય અંગે ભૂતકાળમાં કયા-કયા અભ્યાસો થયેલા છે તે જાણી લેવું જરૂરી છે. એટલું જ નહીં, પરંતુ તે એક મહત્ત્વની માર્ગદર્શક બાબત બની રહે છે.

(૧) વિષય સબંધિત સાહિત્યની સમીક્ષાથી અભ્યાસના મુખ્ય પાંસાઓ, તેની વિશેષતાઓ તેમજ તેના પરિણામો વિશે અગાઉ સંશોધન કાર્ય થઈ ચૂક્યું છે, તેનો સાચો ખ્યાલ આવી શકે છે.

(૨) વિષય સંબંધિત સાહિત્યની સમીક્ષા દ્વારા હજું કઈ કઈ બાબતો વિશે સંશોધનો કરવાના બાકી છે, તે બાબતો વિશે ધ્યાન દોરીને તેના વિશે સંશોધનાત્મક અભ્યાસ કરી શકાય.

(૩) વિષય સંબંધિત સાહિત્ય સમીક્ષા કરી, પોતાના અભ્યાસ કે સંશોધન સાથે તેનું અનુસંધાન જોડવું જરૂરી બને છે.

(૪) વિષય સંબંધિત સાહિત્ય સમીક્ષા કરીને, તેના આધારે સંશોધક પોતાનાં સંશોધન દ્વારા નવું શું સંશોધન અંગે દર્શાવવા માંગે છે તે સ્પષ્ટ પણ દર્શાવી શકે છે.

પ્રસ્તુત અભ્યાસમાં વિષય સાથે સંબંધિત પૂર્વ અભ્યાસો આદિવાસીઓને લગતાં ઘણાં બધાં અભ્યાસો થયાં છે. પરંતુ તે મોટા ભાગના આદિવાસીઓનાં જાતિ તત્ત્વો, પ્રદેશ, સમસ્યાઓ વગેરે ઉપર મુજબનાં છે. મુખ્યત્વે આદિવાસી જાતિઓમાં જીવનધોરણને લગતા અભ્યાસો ઓછા જોવા મળે છે. તેમાં ડાંગ જિલ્લાની આદિવાસીઓમાં કોઈ ચોક્કસ કાર્યક્રમ

દ્વારા લોકોનાં જીવનમાં આવેલ પરિવર્તનને લગતા અભ્યાસો ઓછા જોવા મળે છે. આથી એક સંશોધક તરીકે આદિવાસીઓના જીવન ધોરણનો અભ્યાસ (ડાંગ જીલ્લાના સંદર્ભમાં) હાથ ધરેલ છે. જેમાં ડાંગી આદિવાસીઓની આર્થિક, સામાજિક, શૈક્ષણિક, સાંસ્કૃતિક, આરોગ્ય વિષયક, ભૌતિક સ્થિતિ વગેરે પરિસ્થિતિનો અભ્યાસ કરી જાણવાનો અને સમજવાનો પ્રયાસ કર્યો છે.

૨.૨ આદિવાસી સમાજ અંગે થયેલા અભ્યાસોની સાહિત્ય સમીક્ષાઃ

કોઈપણ સંશોધનમાં અગાઉ થયેલા સંશોધનની સમીક્ષા કરવી જરૂરી બને છે. કારણ કે ભૂતકાળનાં સંશોધનો વર્તમાન સંશોધકોને તેમના અભ્યાસમાં સંશોધન સમસ્યાને જરૂરી રીતે સમજવા, તેને નિવારવા એક દિશા પૂરી પાડે છે. વધુમાં સંશોધનની શોધને વધુ વિશાળ બનાવે છે. પ્રસ્તુત અભ્યાસમાં સંશોધન માટે ભારતમાં થયેલા આદિવાસી જાતિઓના અભ્યાસો, ગુજરાતમાં થયેલા આદિવાસી જાતિઓના અભ્યાસો, શોધનિબંધો, અભ્યાસલેખો વગેરેની સમીક્ષા કરવામાં આવી છે. આમ, જુદાં જુદાં સંશોધકો દ્વારા થયેલા અભ્યાસ આ મુજબના છે.

ડૉ. મીનાક્ષી ઠાકર (૨૦૦૭) એ "આદિવાસી અને સંપ્રેષણ માધ્યમો" નો અભ્યાસ કર્યો છે. આ અભ્યાસ કુલ પાંચ પ્રકરણમાં વિભાજિત કરેલ છે. જેમાં પ્રકરણ-૧ માં માનવશાસ્ત્રનો પરિચય, ઉત્ક્રાંતિ અને જીવન વિકાસ અંગે ડાર્વિનનો મત જેમાં માનવની ઉત્ક્રાંતિ, માનવનાં વિશિષ્ટ લક્ષણો, મનુષ્યની ઉપજાતિઓ, માનવ પ્રજાતિઓ તેમજ આદિમ (આદિવાસી)નો અર્થ, તેમજ વિદેશના આદિવાસીઓનો પરિચય આપવામાં આવ્યો છે.

પ્રકરણ-૨માં આદિવાસી સમાજ, સંસ્કૃતિ અને સંપ્રેષણનો પરિચય આપવામાં આવેલો છે. આ પ્રકરણમાં આદિવાસીઓનું સાંસ્કૃતિક અધ્યયન કરવામાં આવ્યું છે. જેમાં કલા દ્વારા સંપ્રેષણ : જેમાં ભારતીય આદિમ જાતિઓમાં મૂર્તિકલા અને ચિત્રકલા બંનેનું અસ્તિત્વ જોવા મળે છે. અને બંને દ્વારા સંપ્રેષણ થાય છે. જેમાં જુદી જુદી જાતિઓના આદિવાસીઓના કલાનો ઉલ્લેખ કરેલો છે.

પરંપરાગત માધ્યમો દ્વારા સંપ્રેષણ : પરંપરાગત માધ્યમો સામાજિક રીત-રિવાજો, નૈતિક અને લાગણી સભર જરૂરિયાતોને જુદાં જુદાં માધ્યમો દ્વારા અભિવ્યક્ત કરે છે.

લોકનાટ્ય સ્વરૂપ દ્વારા સંપ્રેષણ : ભારતમાં લોકનાટ્ય સ્વરૂપ ગ્રામીણ પ્રજાની

સાંસ્કૃતિક અને સામાજિક જરૂરિયાતો સાથે સંકળાયેલું રહ્યું છે. જેમાં ભારતનો જુદાં જુદાં નાટકોનો ઉલ્લેખ કરેલો છે.

લોકસંગીત દ્વારા સંપ્રેષણ : ભારતમાં લોકસંગીતની લગભગ ત્રણસો રીતો છે. જેમાં જુદાં જુદાં લોકસંગીત અલગ-અલગ રાજ્યમાં જોવા મળે છે.

લોકકથા : ભારતમાં કથા કહેવાનું અને કથા સાંભળવાનું એમ બંને પ્રચલિત છે. લોકકથા દ્વારા સંદેશાઓ વણી લેવામાં આવે છે અને તેનો પ્રસાર કરવામાં આવે છે.

યુવાગૃહો : ભારતની ઘણી આદિવાસીઓમાં પરંપરાગત યુવાગૃહો ઘણાં જાણીતાં છે. જેને 'ઘોટુલ' પણ કહેવાય છે.

તેમજ સંપ્રેષણ માધ્યમોમાં ભાષા બોલીનું મહત્ત્વ દર્શાવવામાં આવેલ છે.

પ્રકરણ - ૩ માં સંપ્રેષણ અને પરંપરાગત માધ્યમોની ચર્ચા કરવામાં આવી છે. જેમાં સંપ્રેષણનો અર્થ, સંપ્રેષણના અભિગમોની વિવિધતા, સંપ્રેષણનો ઈતિહાસ, જૂનાં સંપ્રેષણ સ્થળો અને માધ્યમો તેમજ પંરપરાગત માધ્યમોનો ઉલ્લેખ કરેલો છે.

પ્રકરણ - ૪ માં આધુનિક સંપ્રેષણ માધ્યમોની ચર્ચા કરવામાં આવે છે. જેમાં આઝાદી બાદ ખાસ કરીને ગુજરાત રાજ્યની સ્થાપના બાદ ગુજરાતને અગ્રસ્થાને મૂકવા ગુજરાતના સર્વાંગી વિકાસની કૂચ શરૂ થઈ અને જેમાં દૂર દૂરના ડુંગરાળ પ્રદેશોના કે જંગલના આદિવાસીઓ સુધી નવી માહિતી આપનાર સાધનો પહોંચી ગયા તેનો ઉલ્લેખ કરવામાં આવેલો છે.

પ્રકરણ - ૫ માં સંપ્રેષણ દ્વારા વિકાસાત્મક કાર્યોની ચર્ચા કરી છે. જેમાં સંદેશાવ્યવહારના માધ્યમ દ્વારા અર્થતંત્રમાં ઝડપી પ્રગતિ થઈ છે, તેનો ઉલ્લેખ કરેલો છે.

આમ, આ અભ્યાસ પણ આદિવાસી લોકોના જીવનધોરણમાં સુધારો લાવવા માટે ઉપયોગી છે.?

દિવ્યેશ એમ. પટેલ (૨૦૧૧) એ આદિવાસીઓનાં આર્થિક વિકાસમાં બિનસરકારી સંગઠન-ધ્રુવની ભૂમિકા (ડાંગજિલ્લાને કેન્દ્રમાં રાખીને એક અભ્યાસ) પર એમ. ફિલની પદવી માટે રજૂ કરેલ લઘુશોધનિબંધ છે. જેમાં ડાંગ જિલ્લાના પાંચ ગામોની પસંદગી યદ્દચ્છ નિદર્શન પદ્ધતિથી કરવામાં આવી છે. આ પસંદ કરેલ પ્રત્યેક ગામમાંથી બિન સરકારી સંગઠન બાયફ-ધ્રુવનાં લાભાર્થી એવા ૧૦(દશ)કુટુંબો તથા ૧૦(દશ) બિન લાભાર્થી કુટુંબોને અભ્યાસ માટે લેવામાં આવેલ છે. તેમજ અભ્યાસમાં ખેડૂતોના પ્રકાર આધારિત વર્ગીકરણ કરવામાં આવેલ છે. જેમાં સીમાંત ખેડૂત, નાના ખેડૂત, મધ્યમ ખેડૂત,

મોટા ખેડૂત એમ ચાર ભાગમાં વર્ગીકરણ કરવામાં આવેલું છે. જેમાં આદિવાસી ખેડૂતોની આર્થિક સ્થિતિ વિષયક કેટલીક માહિતીમાં આદિવાસી ખેડૂતોનો વ્યવસાય, બચત, દેવા, આવક, વપરાશ, તેમજ કટુંબમાં માહિલાઓની સામાજિક, આર્થિક અને રાજકીય સ્થિતિ વિષયક માહિતીનો અભ્યાસ કરવામાં આવેલ છે. આ અભ્યાસના મુખ્ય હેતુઓ આ પ્રમાણે હતા.

(૧) બાયફ-ધ્રુવની કામગીરી થકી આદિવાસીઓનાં આવકનાં માળખામાં થયેલ ફેરફારની અસરો ચકાસવી.

(૨) બાયફ-ધ્રુવની કામગીરીની આદિવાસી ખેડૂતોના કૃષિ ક્ષેત્રમાં ઉત્પાદન પરની અસરો તપાસવી.

(૩) બાયફ-ધ્રુવનાં આદિવાસી લાભાર્થીઓ અને બિન લાભાર્થીઓની તુલના કરવી.

(૪) બાયફ-ધ્રુવની કામગીરીની આદિવાસી મહિલાની સશક્તિકરણ પર પડેલી અસરો ચકાસવી.[૨]

ડૉ.મંજુ ગુપ્તા દ્વારા લખાયેલા પુસ્તકમાં મધ્યપ્રદેશમાં શિવપુરી જિલ્લાના સહારીયા જનજાતિના સામાજિક આર્થિક વિકાસમાં ફાળો જાણવા માટે કરાયેલ સંશોધનના આધારે સંશોધનકાર એ નિષ્કર્ષ તારવે છે કે, ભારત સરકાર દ્વારા આઝાદી પછી આદિવાસી વિસ્તારના વિકાસ માટે અનેક યોજનાઓ શરૂ કરવામાં આવેલ છે. જેનો મૂળ ઉદ્દેશ જનજાતિઓનો સામાજિક આર્થિક વિકાસ છે. પ્રસ્તુત સંશોધનમાં જણાયું છે કે શિવપુરી જિલ્લાના સહારીયા જનજાતિના લોકોની સામાજિક તથા આર્થિક સ્થિતિ અત્યંત દયનીય છે. જોકે સ્થિતિ સુધારવા કેન્દ્ર સરકાર તથા રાજ્ય સરકાર દ્વારા અનેક યોજનાઓ શરૂ કરવામાં આવે છે. પરંતુ આદિવાસી વિસ્તારની વસ્તીની સામે આ યોજનામાં ફાળવવામાં આવતી રકમ અપૂરતી જણાય છે. સ્ટેટ બેંક ઓફ ઈન્દોર આદિવાસી વિસ્તારના વિકાસમાં મહત્ત્વની ભૂમિકા ભજવી રહ્યું છે. પરંતુ અનેક પ્રયાસો છતાં આદિજાતિ વર્ગ વિકાસના પ્રારંભિક તબક્કકામાં જ છે.[૩]

ડૉ.મુસ્તાઅલી ઈ.મસવી (૧૯૯૧) એ "આદિવાસીઓની પલટાતી આર્થિક સ્થિતિનો અભ્યાસ" નો અભ્યાસ કર્યો છે. આ અભ્યાસમાં તેમણે આદિવાસીઓના વિકાસ માટેની નીતિને ધ્યાનમાં રાકીને ૧૯૬૯ થી ૧૯૭૯નાં દશ વર્ષના ગાળાનાં દક્ષિણ ગુજરાતના ઉંડાણના છ આદિવાસી ગામોને (કાકડવેલ (સુરત), મલાવ (વલસાડ), લવકર

(વલસાડ) મોહિની (સુરત), ભાતખાઈ (સુરત), ગાઢવી (ડાંગ) પસંદ કરી ૩૭૭ કુટુંબોનો અભ્યાસ કર્યો છે. અગાઉ ૧૯૬૯માં તપાસેલા તેનાં તે જ કુટુંબોની ૧૯૭૯માં ફરીથી સંશોધકે અભ્યાસ કર્યો હતો. અને આ અભ્યાસનાં દશ વર્ષના ગાળા દરમિયાન આદિવાસીઓના વિકાસ કાર્યક્રમોમાં થયેલ અનેકવિધ ફેરફારોને પરિણામે તેમની આર્થિક સ્થિતિમાં થયેલ પરિવર્તનનો અભ્યાસ કર્યો છે.

આ અભ્યાસ તેમણે બે ભાગમાં વહેંચીને કર્યો છે. તેમાં (૧) સ્વતંત્રતા પહેલાંનો ગાળો (૨) સ્વતંત્રતા પછીનો ગાળો. જેમાં સ્વતંત્રતા પછી આદિવાસીઓની શિક્ષણની સ્થિતિ, જમીન ધારણ કદ, આવક રોજગારી, બચત, અસ્કાયમત, દેવું તેમના જંગલ હક્કો તેમના વિસ્તારમાં પાણીની વ્યવસ્થા, તેમની દારૂપીવાની ટેવ, આરોગ્ય અને રોગો, સહકાર અને બજારની વ્યવસ્થા વગેરે વિવિધ પાસાંઓનો અભ્યાસ કર્યો છે.

તેમના અભ્યાસના **તારણો અને નિષ્કર્ષો** આ પ્રમાણે છે.

(૧) આદિવાસી કુટુંબોની સરેરાશ સભ્યસંખ્યામાં વધારો થયો હતો.

(૨) દાયકા દરમિયાન બાળકોનું પ્રમાણ ઘટવા પામ્યું છે, જ્યારે શ્રમિકોનું પ્રમાણ વધ્યું છે, સાથે સાથે વૃદ્ધોનું પ્રમાણ પણ વધ્યું છે.

(૩) દાયકા દરમિયાન શિક્ષણમાં ૮૧.૭ ટકાનો વધારો થયો હતો. પુરુષોમાં શિક્ષણનું પ્રમાણ ૭૩.૭ ટકા વધ્યું છે જ્યારે સ્ત્રીઓમાં ૧૬૦.૯ ટકાનો વધારો થયો હતો. આમ, સ્ત્રીઓનાં શિક્ષણમાં પુરુષો કરતાં બમણાં કરતાં વધુ વધારો થયો હતો.

(૪) દાયકા દરમિયાન કામ કરતી વસ્તીમાં ઘટાડો થયો છે. કામ કરતી સ્ત્રીવર્ગની સંખ્યામાં વિશેષ ઘટાડો જોવા મળ્યો હતો.

(૫) અનાજ પાછળનાં ખર્ચમાં સૌથી ઓછો વધારો થયો હતો. જ્યારે અનાજ સિવાયની વસ્તુઓ કપડાં, પગરખાં પાછળ અનુક્રમે ૧૦૩ અને ૯૮ ટકાનો વધારો થયો હતો.

(૬) દાયકા દરમિયાન રહેઠાણની સ્થિતિ સુધરી હતી. દેશી નળિયાં અને વિલાયતી નળિયાં અને બે ઓરડાવાળાં ઘરોની સંખ્યા વધી હતી. [૪]

આદિવાસી સમાજને લગતા અગાઉ થયેલા વિવિધ અભ્યાસોની સમીક્ષા પરથી કહી શકાય કે, મોટા ભાગના અભ્યાસો આદિવાસીઓની પરંપરાગત પરિસ્થિતિને દર્શાવતા, ભૌગોલિક સ્થિતિ, સંસ્કૃતિ, આદિવાસી વિકાસ વગેરેને લગતા છે. મારો આ પ્રસ્તુત અભ્યાસ ગુજરાત રાજ્યના છેવાડાના જિલ્લા તરીકે ડાંગ ડિલ્લાના

આદિવાસીઓનું જીવનધોરણ કેવા પ્રકારનું છે. તે તપાસવાનું છે જેમાં આર્થિક, સામાજિક, સાંસ્કૃતિક, ભૌતિક તેમજ યોજના વિશેની માહિતી વગેરે જીવનધોરણ સંબંધિત સ્થિતિ તપાસવાનો છે. આમ, સંશોધનના આધારે કેટલો અભ્યાસ થયો છે ? કયા ક્ષેત્રમાં થયો છે અને કઈ બાબતનો સમાવેશ કર્યો છે ? તેમનાં કયા ક્ષેત્રનો અભ્યાસ બાકી છે ? તે જાણી શકાય તે માટે સંશોધન વિષય સાથે પૂર્વ થયેલા અભ્યાસો આ સંશોધન કાર્યમાં મહત્ત્વના ઉપયોગી બની રહે છે.

પ્રકરણ - ૩
અભ્યાસક્ષેત્રનો પરિચય

૩.૧ પ્રસ્તાવના :

આ પ્રકરણમાં ગુજરાતના રાજ્યનો સામાન્ય પરિચય આપવામાં આવ્યો છે. જિલ્લા, તાલુકા તથા ગામની ભૌગોલિક વસ્તી વિષયક અને ડાંગ જિલ્લાની પરિસ્થિતિ વિષયક માહિતી દર્શાવવામાં આવી છે.

૩.૨ રાજ્યનો પરિચય :

૧ લી મે,૧૯૬૦ના રોજ ગુજરાત મુંબઈ રાજ્યમાંથી છૂટું પડી એક અગલ રાજ્ય તરીકે અસ્તિત્વમાં આવ્યું. ગુજરાત રાજ્ય ભારતના પશ્ચિમ કાંઠા પર ૨૦^{O}.૦ અને ૨૪^{O}.૭ ઉત્તર અક્ષાંશ તેમજ ૨૮^{O}.૪ અને ૭૪^{O}.૭ પૂર્વ રેખાંશ વચ્ચે આવેલું છે. તેના પશ્ચિમમાં અરબી સમુદ્રે, ઉત્તર પશ્ચિમમાં કચ્છનો અખાત, રાજ્યની ઉત્તરે રાજસ્થાન, ઉત્તરપૂર્વમાં મધ્ય પ્રદેશ, અને દક્ષિણ-પૂર્વમાં મહારાષ્ટ્ર આવેલ છે. ગુજરાત રાજ્યનો કુલ વિસ્તાર ૧,૯૬,૦૨૪ ચો.કિ.મી. છે. જે દેશના કુલ વિસ્તારના ૫.૯૬ ટકા છે. રાજ્યમાં કુલ ૩૩ જિલ્લા, ૨૪૮ તાલુકા આવેલા છે.

ગુજરાત રાજ્યમાં સરેરાશ વરસાદ અલગ અલગ વિસ્તારો મુજબ અલગ અલગ જોવા મળે છે. કચ્છના પશ્ચિમ ભાગમાં ૩૦૦ મિ.મી. થી લઈને દક્ષિણમાં વલસાડ અને ડાંગ જિલ્લામાં ૧૫૦૦ મિ.મી.સુધી છે. ચોમાસું સામાન્ય રીતે જૂનથી શરૂ થઈ સપ્ટેમ્બરના અંતમાં પુરું થાય છે. ૧લી માર્ચ, ૨૦૧૧ ના રોજ ૦.૦૦ કલાકે ૬.૦૪ કરોડ નોંધાયેલ છે, જે પૈકી ૩.૧૫ કરોડ પુરૂષો અને ૨.૮૯ કરોડ સ્ત્રીઓ છે. જેમાં ગ્રામ્ય વસ્તી ૩.૪૭ કરોડ અને શહેરી વસ્તી ૨.૫૭ કરોડ છે. દેશના રાજ્યોમાં ગુજરાત વસ્તીની દૃષ્ટિએ ૧૦મો ક્રમ અને વિસ્તારની દૃષ્ટિએ ૭મો ક્રમ ધરાવે છે. ભારતના કુલ વિસ્તારના ૫.૯૭ ટકા અને ભારતની કુલ વસ્તીના ૪.૯૯ ટકા વસ્તી ધરાવે છે.

૩.૩ ડાંગ જિલ્લાનો પરિચય :

ડાંગ એટલે જંગલથી સમૃદ્ધ અને ડુંગરાળ પ્રદેશ, આ જિલ્લો ગુજરાતના સૌથી છેવાડાનો આદિવાસી વસ્તી ધરાવતો જિલ્લો છે. 'દંડકારણ્ય' તરીકે રામાયણકાંડમાં ઉલ્લેખ છે. સઘન આદિવાસી વસ્તી ધરાવતો ડાંગ જિલ્લો તેની ઓળખ અને સંસ્કૃતિની ધરોહર ધરાવે છે. ૧૯૪૭ માં ભારત સ્વતંત્ર થયા પછી ઈ.સ.૧૯૬૦ માં 'ડાંગ' ગુજરાત રાજ્યમાં સામેલ થયું. સામાન્ય રીતે ડાંગનો એક અર્થ 'ડુંગરાળ'

થાય છે. અને તેનો બીજો અર્થ 'વાંસ' થાય છે. બંને લાક્ષણિકતાઓ આ જિલ્લામાં જોવા મળે છે. રામાયણમાં ઉલ્લેખાયેલ દંડકારણ્ય સાથે પણ આ નામ સંકળાયેલું છે. દંતકથા પ્રમાણે રામ તેના વનવાસ દરમ્યાન આ જિલ્લાના પૂર્વે આવેલા નાસિક વિસ્તારમાંથી પસાર થયેલા એમ માનવામાં આવે છે. ડાંગી લોકસાહિત્યમાં આ મહાકાવ્ય અને પ્રસંગોથી સભર છે.

ડાંગ જિલ્લાનો નકશો :

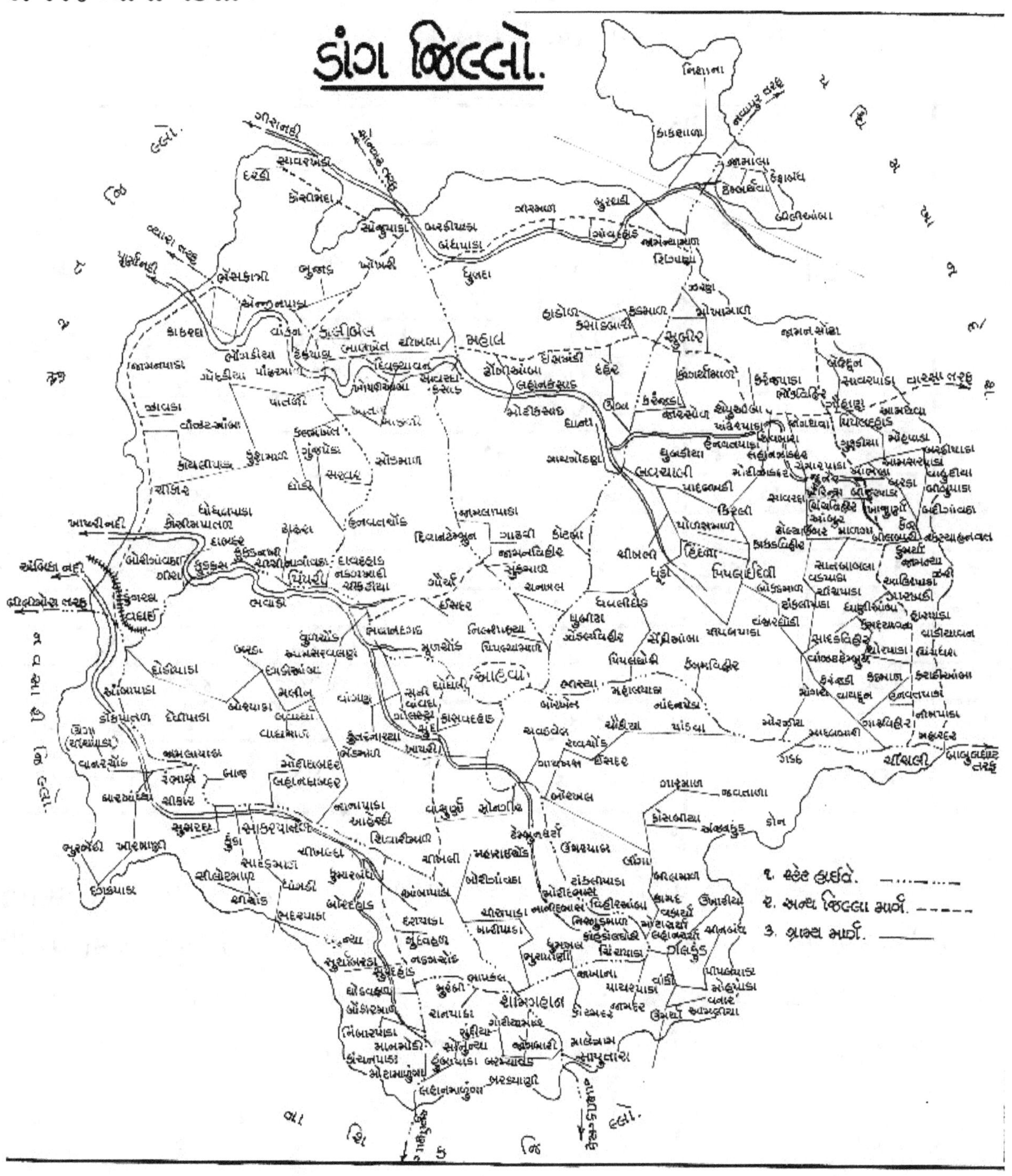

૩.૪ ડાંગ જિલ્લાની વસ્તી વિષયક માહિતી :

ડાંગ જિલ્લાનું કુલ ક્ષેત્રફળ ૧૭૬૪.૦૦ ચો.કિ.મી છે. વર્ષ ૨૦૧૧ ની વસ્તી ગણતરી મુજબ કુલ ૨,૨૮,૨૯૧ છે. જે પૈકી ૧,૧૩,૮૨૧ પુરુષો અને ૧,૧૪,૪૭૦ સ્ત્રીઓ છે. વસ્તીની ગીચતા ૧૨૯ ચો.કિ.મી. ની થાય છે. ★

કોષ્ટક નં. ૩.૧
જિલ્લામાં થયેલો વસ્તી વધારો વર્ષ : ૧૯૦૧ થી ૨૦૧૧ સુધી

ક્રમ	વર્ષ	પુરૂષ		સ્ત્રીઓ		કુલ	
		વસ્તી	દશકાની વસ્તી વધારો (ટકાવારીમાં)	વસ્તી	દશકાની વસ્તી વધારો (ટકાવારીમ i)	વસ્તી	દશકાની વસ્તી વધારો (ટકાવારી)
૧	૧૯૯૧	૯,૪૫૯	૦૦.૦૦	૮,૮૭૪	૦૦.૦૦	૧૮,૩૩૩	૦૦.૦૦
૨	૧૯૧૧	૧૫,૩૨૯	૬૩.૦૬	૧૩,૫૯૭	૫૩.૨૨	૨૮,૯૨૬	+૫૭.૭૮
૩	૧૯૨૧	૧૨,૭૯૧	૧૨૩.૫૧	૧૧,૩૫૧	-૧૬.૫૧	૨૪,૧૪૨	-૧૬.૫૪
૪	૧૯૩૧	૧૮,૧૨૭	૪૧.૭૩	૧૫,૩૬૮	૩૦.૫૫	૩૩,૪૯૫	+૩૮.૭૪
૫	૧૯૪૧	૨૧,૭૭૨	૨૦.૧૧	૧૮,૪૬૪	૨૯.૧૫	૪૦,૨૩૬	+૨૦.૧૩
૬	૧૯૫૧	૨૫,૧૯૬	૧૫.૭૩	૨૨,૦૮૬	૧૯.૬૨	૪૭,૨૮૨	+૧૭.૫૧
૭	૧૯૬૧	૩૭,૪૧૮	૪૯.૫૧	૩૪,૧૪૯	૫૪.૬૨	૭૧,૫૬૭	+૫૧.૬૬
૮	૧૯૭૧	૪૮,૩૯૪	૨૯.૩૩	૪૫,૭૯૧	૩૪.૦૯	૯૪,૧૮૫	+૩૧.૬૦
૯	૧૯૮૧	૫૭,૬૮૩	૧૯.૧૯	૫૫,૯૮૧	૨૨.૨૫	૧,૧૩,૬૬૪	+૨૦.૬૮
૧૦	૧૯૯૧	૭૨,૬૭૪	૨૩.૦૯	૭૧,૪૧૭	૨૭.૨૯	૧,૪૪,૦૯૧	+૨૬.૭૭
૧૧	૨૦૦૧	૯૩,૯૭૪	૩૯.૩૦	૯૨,૭૫૫	૨૯.૮૭	૧,૮૬,૭૨૯	+૨૯.૫૯
૧૨	૨૦૧૧	૧,૧૩,૮૨૧	૨૧.૧૨	૧,૧૪,૪૭૦	૨૩.૪૧	૨,૨૮,૨૯૧	+૨૨.૨૬

ઉપરોક્ત કોષ્ટક પરથી જણાશે કે ૧૯૦૧-૧૯૧૧ ના છેલ્લાં દાયકા દરમિયાન જિલ્લાની વસ્તી વૃદ્ધિનો દરમાં વધારો થયો છે. જે +૫૭.૭૮ ટકા છે. ૧૯૨૧માં વસ્તી વૃદ્ધિનો દરમાં ઘટાડો થયો છે. જે -૧૬.૫૪ ટકા છે. ૧૯૩૧ થી ૨૦૧૧ દરમ્યાન વસ્તી વૃદ્ધિનો દરમાં સતત વધારો થયો જે અનુક્રમે +૩૮.૭૪ ટકા અને +૨૨.૨૬ ટકા છે.

કોષ્ટક નં.૩.૨

૨૦૧૧ ની વસ્તી ગણતરી પ્રમાણે અનુસૂચિત જાતિ અને જન જાતિની વસ્તી :

	અનુ.જન જાતિ	અનુ.જાતિ	અન્ય	કુલ
પુરૂષ	૧૦૭૫૩૯	૪૯૦	૫૭૯૨	૧૧૩૮૨૧
સ્ત્રી	૧૦૮૫૩૪	૫૦૨	૫૪૩૪	૧૧૪૪૭૦
કુલ	૨૧૬૦૭૩	૯૯૨	૧૧૨૨૬	૨૨૮૨૯૧

પ્રાપ્તિસ્થાન :

(સામાજિક આર્થિક સમીક્ષા, ડાંગ જિલ્લા પંચાયત, આહવા – ૨૦૧૨-૨૦૧૩)

ઉપરોક્ત કોષ્ટક પરથી અનુસૂચિત જન જાતિનુ પ્રમાણ ૨૧૬૦૭૩ છે. અનુસૂચિત જાતિનું કુલ પ્રમાણ ૯૯૨ છે. અન્ય જાતિનુ પ્રમાણ ૧૧૨૨૬ છે.

૩.૫ જિલ્લાનું આંતર માળખું :

રસ્તાઓ :

જિલ્લામાં પાકા રસ્તા ૧૦૮૫ કિ.મી. છે. તેમજ ૧૯૦ કિ.મી. કાચા રસ્તા જોવા મળે છે. ડાંગ જિલ્લામાં પોસ્ટ ઓફિસની સંખ્યા ૫૬ છે. બેંકોની સંખ્યા ૧૨ છે. પશુ દવાખાનાની સંખ્યા ૫ છે. ટી.વી. રીલે કેન્દ્રની સંખ્યા ૧ છે. જનરલ હોસ્પિટલની સંખ્યા ૧ છે. આંગણવાડી કેન્દ્રો ૪૩૫ છે. પ્રાથમિક આરોગ્ય કેન્દ્રની સંખ્યા ૯ છે.

૩.૬ ડાંગ જિલ્લામાં જોવા લાયક સ્થળો :

ડાંગ જિલ્લો એવો વિસ્તાર છે. જ્યાં ડુંગરે ડુંગરે એની સહયાદ્રી અને વૃક્ષ વેલીઓની શોભા અપાર છે. આ નયનરૂપ અને હૃદયગમ્ય પ્રદેશ ખરેખર નિર્સગની જ એક મહામૂલી ભેટ છે. સત્ય, પ્રેમ, શૌર્યની જીવંત આ વસુંધરા છે. અહીં પ્રાકૃતિક સૌંદર્યના અને ભક્તિધામના ઘણાં સ્થળો આવેલા છે. જે પ્રવાસીઓના વિહાર ધામો બનેલા છે. કેટલાંક સ્થળો એવા છે. જ્યાં પૌરાણિક અને ઈતિહાસિક દંતકથાઓ પ્રચલિત છે.

ગુજરાતનું એક માત્ર ગિરિમથક સાપુતારા :

ગુજરાતનું એકમાત્ર ગિરિમથક સાપુતારામાં પણ પ્રકૃતિએ મન મૂકીને સૌંદર્ય પાથર્યું છે. સહયાદ્રીના ગિરિકંદરાઓથી શોભતું સાપુતારા હવે તો આકર્ષણનું કેન્દ્ર બન્યું છે.

વન્ય સમૃદ્ધિથી ભરપૂર અને મહારાષ્ટ્ર રાજ્યને અડીને આવેલા ડાંગ જિલ્લાનું આ રમણિય ગિરિમથક સમુદ્રની સપાટીથી ૧,૧૦૦ મીટર ઉંચાઈએ આવેલું છે. ડાંગ જિલ્લાને ચોમેરથી ઘેરીને ઉભેલી સહયાદ્રી પર્વતોની હારમાળાઓ પર ઉભેલું અને

ગુજરાતની સરહદને મહારાષ્ટ્રથી વિખૂટુ પાડતું સાપુતારા વેકેશનમાં પ્રવાસીઓથી ધમધમી ઉઠે છે.

શબરીધામ :

ભગવાન શ્રીરામના વનવાસ દરમ્યાન શ્રીરામે જે સ્થળે શબરીના એંઠા બોર ખાધા હતાં. તેવી લોક માન્યતાવાળા સ્થળે સુબીર ગામે સુંદર મંદિર બાંધવામાં આવ્યું છે. તેના ગર્ભ ગૃહમાં શ્રીરામ, લક્ષ્મણ તથા શબરીમાતાની મૂર્તિનું પ્રતિષ્ઠાન કરવામાં આવ્યું છે. ઘણી ઉંચાઈએ આવેલા આ મંદિર પરથી દેખાતી હરિયાળી કુદરતી સંપદા અનેરી છે.

શાલ્હેર મુલ્હેર અને ડોનનો પર્વત :

ભગવાન પરશુરામ દક્ષિણ પ્રયાણ દરમ્યાન શાલ્હેર-મૂલ્હેર ગિરિમથક ઉપર જ જીવનના અંતિમ સમય સુધી રહ્યા હતાં. એવી લોક કથા આજે પણ આ પ્રદેશમાં પ્રચલિત છે. આ ગિરિશિખર ઉપર ભગવાન પરશુરામની સમાધિ આજે પણ જોવા મળે છે.

માયાદેવી :

પીંપરીથી વ્યારા જતા માર્ગ પર ભેંસકાતરી (કાકરદા) ગામે પૂર્ણા નદી કાંઠે પાણીના વહેણમાં આવેલી કાળમીંઢ પથ્થરોની ગુફામાં માયાદેવી બિરાજમાન છે. અહીંની કાળમીંઢ કોતરો અને ઝરણાં અને દુર દુરથી શ્રદ્ધાળુંઓ માયાદેવીના દર્શન કરવા આવે છે.

ગીરમાળનો ગીરા ધોધ :

પ્રકૃતિનો રૌદ અને રમ્ય સ્વરૂપનો અદ્ભૂત નઝારો આહવાથી અંદાજે ૪૫ કિ.મી.ના અંતરે આવેલા ગીરમાળ ગામ નજીક ગીરાધોધની મુલાકાત અવશ્ય લેવી જ જોઈએ. અહીં આજુબાજુનું પ્રાકૃતિક સૌંદર્ય રમણિય હોવાથી રજાના દિવસે પ્રવાસીઓની ભીડ જામે છે. હાલમાં ગુજરાતમાં સરકારે ગીરા ધોધને પ્રવાસનું સ્થળ તરીકે જાહેર કર્યું છે.

ડાંગનું પ્રવેશ દ્વાર વઘઈ :

ડાંગનું પ્રવેશ દ્વાર વઘઈમાં ત્રણ સ્થળો જોવા જેવા છે. (૧) નેશનલ પાર્ક વિસ્તારમાં વન વિભાગે બનાવેલ 'કેમ્પ સાઈટ' એટલે જંગલમાં મંગળ જ્ઞાન સાથે ગમ્મત અને પ્રવાસીઓ માટે પણ આકર્ષણનું સ્થળ છે. (૨) વઘઈનો ગિરાધોધ એટલે આ સ્થળ જાણીતું છે.(૩) અહીં એક બોટાનિકલ ગાર્ડન આવેલું છે. તે વિશાળ અને સુંદર છે. તેથી અહીં આવેલા પ્રવાસીઓ તેની મુલાકાત લેવાનું ચૂકતાં નથી.

ડાંગ દરબાર સંક્ષિપ્ત ઈતિહાસ :

વૈદિક કાળમાં દંડકારણ્ય તરીકે ઓળખાતા ડાંગ જિલ્લામાં બ્રિટીશ સમય પહેલાંથી સ્વતંત્ર અસ્તિત્વ ધરાવતા પાંચ રાજવીઓ અને અન્ય નાયકો કે જેમની પાસે

સમૃદ્ધ અને કિંમતી જંગલો હતાં તેમની સાથે બ્રિટીશ સરકારે સૌ પ્રથમ સને ૧૮૪૨ માં જંગલો પર હક્કો અંગે કરાર કર્યો. જે ઈમારતી લાકડાં કાપવા અને વન પેદાશો મેળવવા અને તેના બદલામાં અમુક ઉચ્ચક રકમ વાર્ષિક દરે ડાંગી રાજાઓને ચુકવવી તેવું ઠરાવવામાં આવ્યું. ડાંગ જિલ્લાના તહેવાર નિમિત્તે આહવા ખાતે ડાંગ દરબાર ભરાય છે. અને લોકમેળામાં લોકો ઉમટી પડતા હોય છે. આમ હોળીના તહેવારની ધામધુમથી ઉજવણી કરવામાં આવે છે, જે વર્ષોથી ચાલી આવ્યું છે. આમ ડાંગ દરબારનો લહાવો લેવા ગામોના ગામોની ઘણી માનવમેદની ઉમટી પડે છે. જે ડાંગ જિલ્લાના ઈતિહાસની ચિતાર આપે છે.

૩.૭ અભ્યાસ ક્ષેત્રના ગામોનો પરિચય :

૧. જામાલા :

જામાલા ગામ ગુજરાત રાજ્યના ડાંગ જિલ્લાના આહવા તાલુકા (હાલ સુબીર તાલુકો) માં આવેલું છે. જામાલા ગામ જિલ્લા મથકેથી ૫૫ કિ.મી. દૂર છે. નવા નિમાયેલા તાલુકા સુબીરથી ૨૨ કિ.મી. છે. જામાલા ગામ મહારાષ્ટ્ર જતો રાજ્ય ધોરીમાર્ગ નવાપુર રોડ પર ૩ કિ.મી. અંદર આવેલું છે. જામાલા ગામની ઉત્તરે મહારાષ્ટ્ર રાજ્યનું નવાપુર ગામ, દક્ષિણે સુબીર તાલુકો પશ્ચિમે સોનગઢ તાલુકો અને પૂર્વમાં બીલીઆંબા ગામ આવેલું છે. ઈસાને કેશબંધ ગામ અગ્નિએ શિંગાણા ગામ વાયવ્યમાં નિશાન ગામ અને નૈઋત્યમાં ગાવદાહાડ ગામ આવેલું છે. ગામનું કુલ ક્ષેત્રફળ ૧૬૫.૬૨૦ હેક્ટર છે. જેમાં ૫૭૯.૨૭૦ હેક્ટર ખરાબો તથા રીઝર્વફોરેસ્ટ /પ્રોટેક્ટ ફોરેસ્ટની જમીન છે. ૨૦૧૧ ની વસ્તી ગણતરી મુજબ ગામની કુલ વસ્તી ૫૧૬ જેટલી છે. જેમાં પુરૂષ ૨૫૯ અને સ્ત્રી ૨૬૭ જેટલી છે. જામાલા ગામમાં રહેતા લોકો બધા જ આદિવાસીઓ છે.જેમાં કોંકણી, કુનબી, ભીલ, કાથોડી, ગામિત વગેરે આદિવાસી પેટા જ્ઞાતિનો ગામમાં વસવાટ કરેલો જોવા મળે છે.

૨. ગુંજપેડા :

ગુંજપેડા ગામ ગુજરાત રાજ્યના ડાંગ જિલ્લાના આહવા તાલુકા (હાલ વઘઈ તાલુકો) માં આવેલું છે. ગુંજપેડા ગામ જિલ્લા મથકેથી ૪૦ કિ.મી. દૂર આવેલું છે. નવા નિમાયેલા વઘઈ તાલુકાથી ૩૦ કિ.મી. છે. ગુંજપેડા ગામ તાપી જિલ્લાના વ્યારા તરફ જતાં રસ્તાથી ૧૦ કિ.મી. અંદર ગામ આવેલું છે. ગુંજપેડા ગામની ઉત્તરે કાલીબેલ ગામ, દક્ષિણે આહવા જતાં મુખ્ય માર્ગ પર પીંપરી ગામ, પશ્ચિમે વાંઝટઆંબા ગામ, અને પૂર્વમાં માછળી ગામ આવેલું છે. ઈશાને દિવાનેટેમ્બ્રુન અગ્નિએ હનવતચોંડ, નેઋત્યમાં ઢાઢર ગામ આવેલું છે. ગામનું કુલ ક્ષેત્રફળ ૩૪૯.૫૫૦ હેક્ટર છે. જેમાંથી ૧૭૩ હેક્ટર ખરાબો તથા રીઝર્વ

ફોરેસ્ટ તથા પ્રોટેક્ટ ફોરેસ્ટની જમીન છે. ૨૦૧૧ની વસ્તી ગણતરી મુજબ ગામની કુલ વસ્તી ૨૭૦ જેટલી છે. જેમાં પુરૂષો ૧૪૩ છે અને સ્ત્રીઓ ૨૩૬ જેટલી છે. ગુંજપેડા ગામમાં રહેતા બધા જ લોકો આદિવાસીઓ છે. જેમાં ભીલ જ્ઞાતિના આદિવાસીઓ સૌથી વધારે છે. અને એકજ કુટુંબ કોંકણી આદિવાસીનું કુટુંબ છે.

૩. વાડિયાવન :

વાડિયાવન ગામ ગુજરાત રાજ્યના ડાંગ જિલ્લાના આહવા તાલુકા (હાલ સુબીર તાલુકો) માં આવેલું છે. વાડિયાવન ગામ જિલ્લા મથકે થી ૫ કિ.મી. દૂર આવેલું છે. નવા નિમાયેલ તાલુકા સુબિર થી ૪૦ કિ.મી. દૂર આવેલું છે. મહારાષ્ટ્ર રાજ્યમાં જતો ધોરી માર્ગ ચીંચલી ગામથી ૧૫ કિ.મી. અંદર આવેલું ગામ છે. વાડિયાવન ગામની ઉત્તરેગામ જિલ્લા મથકેથી ૫૦ કિમી દૂર આવેલું છે. નાકટીયાહનવત ગામ, દક્ષિણે ચીંચલી ગામ, પશ્ચિમે પીપલાઈદેવી ગામ, અને પૂર્વમાં મહારાષ્ટ્ર રાજ્યની બોર્ડર આવેલી છે. ઈશાને અને અગ્નિએ પણ મહારાષ્ટ્ર રાજ્યની બોર્ડર આવેલી છે. વાયવ્યમાં ચીંચવીહીર ગામ આવેલું છે. અને નૈઋત્યમાં મોરઝીરા ગામ આવેલું છે. ગામનું કુલ ક્ષેત્રફળ ૫૩૮૫.૪૮૦ હેક્ટર છે. તેમાંથી ૮૩૬.૪૫૦ જેટલી ખરાબો તથા રીઝર્વ ફોરેસ્ટની જમીન છે. ૨૦૧૧ની વસ્તી ગણતરી મુજબ ગામની કુલ વસ્તી ૩૨૦ જેટલી છે. જેમાં પુરૂષ ૧૫૭ અને સ્ત્રી ૧૬૩ જેટલી છે. વાડિયાવન ગામમાં રહેતા બધા જ લોકો આદિવાસી જ્ઞાતિના છે. જેમાં બધા જ હિન્દુ ભીલ પેટાજ્ઞાતિના લોકો છે.

૪. સુન્દા :

સુન્દા ગામ ગુજરાત રાજ્યના ડાંગ જિલ્લાના આહવા તાલુકા (હાલ આહવા તાલુકો) માં આવેલું છે. ગામ જિલ્લા મથકે થી ૧૦ કિ.મી.દૂર આવેલું છે. મુખ્ય ધોરી માર્ગ ઘોઘલી બસસ્ટેન્ડ થી ૭ કિ.મી. દૂર આવેલું છે. સુન્દા ગામની ઉત્તરે ઘોઘલી ગામ, દક્ષિણે ખાપરી ગામ, પશ્ચિમે કુતરનાચ્યા ગામ અને પૂર્વમાં ચડવેલ ગામ આવેલું છે. ઈશાને આહવા તાલુકો અગ્નિએ વાસુણા ગામ, વાયવ્યમાં ભવાનદગડ, નૈઋત્યમાં દગડીઆંબા ગામ આવેલું છે. ગામનું ક્ષેત્રફળ ૩૬૬.૮૭૦ છે. જેમાંથી ૧૭૧.૨૬૦ હેક્ટર ખરાબો તથા રિઝર્વફોરેસ્ટ/પ્રોજેક્ટ ફોરેસ્ટની જમીન છે. ૨૦૧૧ની વસ્તી ગણતરી મુજબ ગામની કુલ વસ્તી ૬૪૨ જેટલી છે. જેમાં પુરૂષો ૩૨૮ અને સ્ત્રી ૩૧૪ જેટલી છે. ગામમાં રહેતા બધા જ લોકો આદિવાસીઓ છે. જેમાં કુનબી, વારલી, ભીલ વગેરે પેટાજ્ઞાતિઓ આ ગામમાં છે.

૫. મોટીદાબદર :

મોટીદાબદર ગામ ગુજરાત રાજ્યના ડાંગ જિલ્લાના આહવા તાલુકા (હાલ વઘઈ તાલુકો) માં આવેલું છે. મોટીદાબદર ગામ જિલ્લા મથકે થી ૫૨ કિ.મી.દૂર આવેલું છે. નવા નિમાયેલા વઘઈ તાલુકાથી ૨૨ કિ.મી. દૂર છે. મોટીદાબદર ગામ સાપુતારા રોડ પર આવેલું ગામ છે. મોટીદાબદર જવા માટે વઘઈ થી રંભાસ ગામથી સાકળપાતળ ગામ સાકળપાતળ આહેરડીગામ ત્યાર પછી મોટીદાબદર ગામ આવે છે. મોટીદાબદર ગામની ઉત્તરે ભેંડમાળ ગામ, દક્ષિણે નાની દાબદર ગામ, પશ્ચિમે રંભાસ ગામ, અને પૂર્વમાં ખાપરી ગામ આવેલું છે. ઈશાને વાંગણ ગામ અગ્નિએ નાનાપાડા, વાયવ્યે દગડીઆંબા ગામ નૈઋત્યમાં સાકળપાતળ ગામ આવેલું છે. ગામનું કુલ ક્ષેત્રફળ ૭૦૧.૫૬૬ હેક્ટર છે.જેમાંથી ૪૦૧.૬૦૨ હેક્ટર ખરાબો તથા રિઝર્વ ફોરેસ્ટ તથા પ્રોટેક્ટ ફોરેસ્ટની જમીન છે. ૨૦૧૧ ની વસ્તી ગણતરી મુજબ ગામની કુલ વસ્તી ૭૩૪ જેટલી છે. જેમાં પુરૂષ ૩૭૦ છે. અને સ્ત્રી ૩૬૪ જેટલી છે. મોટીદાબદર ગામમાં રહેતા બધા જ લોકો આદિવાસીઓ છે. જેમાં કુનબી, કોંકણી અને ભીલ વગેરે પેટાજ્ઞાતિના લોકો ગામમાં રહે છે.

૬. જોગબારી :

જોગબારી ગામ ગુજરાતના રાજ્યના ડાંગ જિલ્લાના આહવા તાલુકા (હાલ આહવા તાલુકો) માં આવેલું છે. જોગબારી ગામ જિલ્લા મથકે થી ૩૬ કિ.મી. દૂર છે. જોગબારી ગામ જવા માટે જિલ્લા મથકે થી બોરખલ ગામ બોરખલ ગામથી ગલકુંડ ગામથી મુખ્ય ધોરી માર્ગ પર આવેલું સામગહાન ગામથી ૩ કિ.મી. અંદર ગામ આવેલું છે. જોગબારી ગામની ઉત્તરે સામગહાન ગામ, દક્ષિણે બરડપાણી ગામ, પશ્ચિમે હંબાપાડા ગામ, અને પૂર્વમાં માલેગાવ ગામ આવેલું છે. ઈસાને સાપુતારા અગ્નિએ બરમ્યાવડ ગામ વાયવ્યમાં રાનપાડા ગામ નૈઋત્યે મોટીમાળુંગા ગામ આવેલું છે. ગામનું ક્ષેત્રફળ ૨૪૭.૧૧૦ હેક્ટર છે. જેમાં ૭૦.૧૬૦ હેક્ટર ખરાબો તથા રિઝર્વ ફોરેસ્ટ/પ્રોટેક્ટ ફોરેસ્ટની જમીન છે. ૨૦૧૧ ની વસ્તી ગણતરી મુજબ ગામની વસ્તી ૪૫૨ જેટલી છે. જેમાં પુરૂષો ૨૧૬ અને સ્રીઓ ૨૩૬ જેટલી છે. જોગબારી ગામમાં રહેતા લોકો બધા જ આદિવાસીઓ છે. જેમાં કોંકણી, વારલી, ભીલ વગેરે આદિવાસીઓની પેટા જ્ઞાતિના લોકો ગામમાં છે.

પ્રકરણ - ૪

સંશોધનની આધારશીલા અને યોજના ઉપકરણ નમૂના પસંદગી, માહિતી પૃથ્થકરણની પદ્ધતિ

૪.૧ પ્રસ્તાવના :

આ પ્રકરણમાં અભ્યાસક્ષેત્રમાં પસંદ કરેલા કુટુંબોનું કૌંટુબિક લાક્ષણિકતાઓ દર્શાવવામાં આવી છે. દરેક સંશોધક માટે નક્કી કરેલાં સંશોધન વિષય અંગે એકત્ર કરેલી માહિતીનું વર્ગીકરણ કરવું જરૂરી બને છે. પ્રસ્તુત અભ્યાસમાં ડાંગ પ્રદેશમાં વસવાટ કરતી જુદી જુદી આદિવાસી જાતિઓમાં પરિવર્તનની પ્રક્રિયા કેવી ચાલી રહી છે, તે ઉત્તરદાતાઓ પાસેથી જાણવાનો પ્રયાસ કર્યો છે.

આમ, આ પ્રકરણમાં કૌંટૂબિક લાક્ષણિકતાઓમાં પસંદ કરેલા કુટુંબોની ઉંમર, જ્ઞાતિ, શિક્ષણ, વ્યવસાય વગેરે અંગેની માહિતી દર્શાવવામાં આવી છે. આ સ્થિતિ જાણવા માટે, માહિતી એકત્રીકરણ માટે અનુસૂચિનો ઉપયોગ કરી તેમાં પૂછેલા જુદાં જુદાં વિભાગનાં પ્રશ્નોને ધ્યાનમાં રાખીને માહિતીઓનું વર્ગીકરણ આ પ્રકરણામાં રજૂ કરવામાં આવ્યું છે.

૪.૨ ઉત્તરદાતાની સામાન્ય માહિતી :

ઉત્તરદાતા (નિર્ણય કર્તા) એટલે એવી વ્યક્તિ કે જે કુટુંબના આર્થિક-સામાજિક કાર્યોના નિર્ણયમાં મુખ્ય ભૂમિકા ભજવે છે. કુટુંબના સભ્યોને યોગ્ય માર્ગદર્શન પુરું પાડતા હોય છે. નિર્ણયકર્તા કુટુંબની આર્થિક-સામાજિક તેમજ અન્ય જવાબદારી સંભાળતો હોય છે. ઉત્તરદાતાની ઉંમર, શિક્ષણ, જ્ઞાતિ અંગેની વિગત કોષ્ટક નં.૪.૧ માં દર્શાવવામાં આવી છે.

કોષ્ટક નં. ૪.૧

ઉત્તરદાતાની સામાન્ય માહિતી દર્શાવતું કોષ્ટક

ક્રમ	ખેડૂતના પ્રકાર	કુટુંબની સંખ્યા	ઉત્તરદાતા		ઉંમર			જ્ઞાતિ		
			સ્ત્રી	પુરૂષ	૨૦-૪૦	૪૧-૬૦	૬૦ થી વધુ	કુકણા	ઢોડિયા	વારલી
૧	સીમાંત (ટકા)	૫૪ (૧૦૦)	-	૫૪ (૧૦૦)	૧૦ (૧૮.૫૨)	૩૭ (૬૮.૫૧)	૭ (૧૨.૯૭)	૪૨ (૭૭.૭૮)	૪ (૭.૪૧)	૮ (૧૪.૮૧)
૨	નાના (ટકા)	૨૭ (૧૦૦)	-	૨૭ (૧૦૦)	૩ (૧૧.૧૧)	૨૧ (૭૭.૭૮)	૩ (૧૧.૧૧)	૧૯ (૭૦.૩૭)	૩ (૧૧.૧૨)	૫ (૧૮.૫૧)
૩	મોટા (ટકા)	૧૮ (૧૦૦)	-	૧૮ (૧૦૦)	૧ (૫.૫૬)	૧૨ (૬૬.૬૬)	૫ (૨૭.૭૮)	૧૯ (૭૦.૩૭)	૩ (૧૧.૧૨)	૫ (૧૮.૫૧)
૪	**કુલ (ટકા)**	**૯૯ (૧૦૦)**	**-**	**૯૯ (૧૦૦)**	**૧૪ (૧૪.૧૪)**	**૭૦ (૭૦.૭૧)**	**૧૫ (૧૫.૧૫)**	**૭૩ (૭૩.૭૪)**	**૧૦ (૧૦.૧૦)**	**૧૬ (૧૬.૧૬)**

ક્રમ	ખેડૂતના પ્રકાર	કુટુંબની સંખ્યા	શિક્ષણ				વ્યવસાય			કુલ
			પ્રાથમિક ૧ થી ૭ ધો.	માધ્યમિક ૮ થી ૧૨ ધો.	ઉચ્ચત્તર PTC કોલેજ અન્ય	અશિક્ષિત	ખેતી	નોકરી	ધંધા	
૧	સીમાંત (ટકા)	૫૪ (૧૦૦)	૨૫ (૪૬.૨૯)	૧૬ (૨૯.૬૩)	૬ (૧૧.૧૨)	૭ (૧૨.૯૬)	૪૧ (૭૫.૯૨)	-	૧૩ (૨૪.૦૮)	૫૪ (૧૦૦)
૨	નાના (ટકા)	૨૭ (૧૦૦)	૧૮ (૬૬.૬૭)	૫ (૧૮.૫૨)	૫ (૧૧.૧૧)	૧ (૩.૭૦)	૨૧ (૭૭.૭૮)	૩ (૧૧.૧૧)	૩ (૧૧.૧૧)	૨૭ (૧૦૦)
૩	મોટા (ટકા)	૧૮ (૧૦૦)	૮ (૪૪.૪૫)	૪ (૨૨.૨૨)	-	૬ (૩૩.૩૩)	૧૫ (૮૩.૩૩)	-	૩ (૧૬.૬૭)	૧૮ (૧૦૦)
૪	કુલ (ટકા)	૯૯ (૧૦૦)	૫૧ (૫૧.૫૨)	૨૫ (૨૫.૨૫)	૯ (૯.૦૯)	૧૪ (૧૪.૧૪)	૭૭ (૭૭.૭૮)	૩ (૩.૦૩)	૧૯ (૧૯.૧૯)	૯૯ (૧૦૦)

ટેબલના આધારે વિશ્લેષણ :

કોષ્ટક નં.૪.૧ માં ઉત્તરદાતાની સામાન્ય માહિતી દર્શાવવામાં આવી છે. જેમાં ૨૪૭ ઉત્તરદાતા પુરૂષો છે. અને ૨૩ ઉત્તરદાતાઓ સ્ત્રી છે. જેમાં ૪૧ થી ૬૦ વર્ષના ઉત્તરદાતાઓ સૌથી વધારે ૫૭.૭૮ ટકા છે. આ ઉંમરે રોજગારી અને અન્ય જવાબદારી સંભાળવાની હોય છે.ત્યાર પછી ૨૦ થી ૪૦ વર્ષના ૨૪.૪૪ ટકા છે. ૬૦ થી વધુ વર્ષના ઉત્તરદાતા ૧૭.૭૮ ટકા છે. તેમજ સૌથી વધારે ઉત્તરદાતાઓ અશિક્ષિત છે. જે ૬૮.૧૪ ટકા છે. પ્રાથમિક શિક્ષણ ૩૬.૬૭ ટકા છે. માધ્યમિક ૧૭.૪૦ ટકા છે. ઉચ્ચ શિક્ષણ ૨.૯૮ ટકા છે. ઉત્તરદાતાઓ હિન્દુ ધર્મ વધારે પાળે છે. જે ૬૮.૧૪ ટકા છે. ખ્રિસ્તી ધર્મ ૩૧.૮૬ ટકા છે. પસંદ કરેલા ઉત્તરદાતાઓમાં સૌથી વધારે ઉત્તરદાતાઓ ખેતીના વ્યવસાય સાથે જોડાયેલા છે. જે ૫૯.૨૬ ટકા છે. ખેત મજૂરી કરતાં હોય એવા ઉત્તરદાતા ૧૯.૨૬ ટકા છે. ખાનગી નોકરી કરતા ઉત્તરદાતા ૪.૪૪ ટકા છે. સરકારી નોકરી કરતા ઉત્તરદાતા ૨.૨૨ ટકા છે. વેપાર ધંધો કરતા હોય એવા ઉત્તરદાતા ૯.૨૬ ટકા છે. પશુપાલન વ્યવસાય કરતાં ઉત્તરદાતા ૯.૨૬ ટકા છે. અને અન્ય વ્યવસાય કરતા ૦.૭૫ ટકા છે.

કુનબી જ્ઞાતિના આદિવાસી કુટુંબોમાં ૬૦ ઉત્તરદાતા પુરૂષો છે અને ૭ ઉત્તરદાતા સ્ત્રી છે. જેમાં ૪૧ થી ૬૦ વર્ષના ઉત્તરદાતાઓ સૌથી વધારે છે. જે ૫૩.૭૩ ટકા છે. ૬ થી વધુ વયના ૨૮.૩૬ ટકા છે. ૨૦ થી ૪૦ વયના ૧૭.૯૧ ટકા છે.

તેમજ સૌથી વધારે ઉત્તરદાતાઓ અશિક્ષિત છે. જે ૫૨.૨૪ ટકા છે. પ્રાથમિક શિક્ષણનું પ્રમાણ ૨૬.૮૭ ટકા છે. માધ્યમિક શિક્ષણનું પ્રમાણ ૧૬.૪૧ ટકા છે. ઉચ્ચ શિક્ષણનું પ્રમાણ ૪.૪૮ ટકા છે. સૌથી વધારે ઉત્તરદાતાઓ દિન્દુ ધર્મ પાળે છે. જે ૮૩.૫૯ ટકા છે. ખ્રિસ્તી ધર્મ પાળનારા ઉત્તરદાતા ૧૬.૪૧ ટકા છે. તેમજ સૌથી વધારે ઉત્તરદાતાઓ ખેતીના વ્યવસાય સાથે જોડાયેલા છે. જે ૫૬.૩૮ ટકા છે. ખેત મજૂરી કરતા ઉત્તરદાતા ૨૫.૩૮ ટકા છે. ખાનગી નોકરી કરતા ઉત્તરદાતા ૨.૯૮ ટકા છે. સરકારી નોકરી કરતા ઉત્તરદાતા ૧.૫૦ ટકા છે. વેપાર ધંધો કરતા ઉત્તરદાતા ૪.૪૭ ટકા છે.

પશુપાલનનો વ્યવસાય કરતા ઉત્તરદાતા ૫.૯૮ ટકા છે. અને અન્ય વ્યવસાય ૨.૯૮ ટકા છે.

કુંકણા જ્ઞાતિના આદિવાસી કુટુંબોમાં ૯૦.૯૦ ટકા ઉત્તરદાતા પુરૂષો છે અને ૯.૧૦ ટકા ઉત્તરદાતા સ્ત્રી છે. જેમાં ૧૦ થી ૬૦ વયના ઉત્તરદાતા ૯૦.૯૦ ટકા છે. અને ૨૦ થી ૪૦ વયના ૯.૧૦ ટકા ઉત્તરદાતા છે. તેમજ સૌથી વધારે ઉત્તરદાતા અશિક્ષિત છે. જે ૬૩.૬૩ ટકા છે. પ્રાથમિક શિક્ષણનું પ્રમાણ ૨૭.૨૭ ટકા છે. માધ્યમિક શિક્ષણનું પ્રમાણ ૯.૧૦ ટકા છે. ઉચ્ચશિક્ષણ મેળવેલ એક પણ ઉત્તરદાતા નથી. ૧૦૦ ટકા ઉત્તરદાતા હિન્દુ ધર્મ પાળે છે. સૌથી વધારે ઉત્તરદાતા ખેતીના વ્યવસાય સાથે જોડાયેલા છે. જે ૮૧.૮૧ ટકા છે. ખેતમજૂરી ૯.૧૦ ટકા છે. ખાનગી નોકરી કરતા ઉત્તરદાતા ૯.૦૯ ટકા છે.

કોંકણી જ્ઞાતિના આદિવાસી કુટુંબોમાં સૌથી વધારે ઉત્તરદાતા પુરૂષ છે. જે ૭૭.૭૮ ટકા છે. અને સ્ત્રી ઉત્તરદાતા ૨૨.૨૨ ટકા છે. જેમાં સૌથી વધારે ૪૧ થી ૬૦ વયના ઉત્તરદાતા છે. જે ૬૬.૬૭ ટકા છે. ૬૧ થી વધુ વયના ૩૩.૩૩ ટકા છે. તેમજ પ્રાથમિક શિક્ષણ મેળવેલ ઉત્તરદાતાનું પ્રમાણ વધારે છે. જે ૫૦ ટકા છે. માધ્યમિક શિક્ષણનું પ્રમાણ ૪૪.૪૪ ટકા છે. અશિક્ષિતનું પ્રમાણ ૫.૫૬ ટકા છે. તેમજ સૌથી વધુ હિન્દુ ધર્મ પાળે છે. જે ૯૮.૮૯ ટકા છે. અને ખ્રિસ્તી ધર્મ પાળનાર ૧૧.૧૧ ટકા છે. સૌથી વધારે ઉત્તરદાતા ખેતીના વ્યવસાય સાથે જોડાયેલા છે. જે ૬૬.૬૭ ટકા છે. ખેત મજૂરીનો વ્યવસાય કરતા ઉત્તરદાતા ૫.૫૬ ટકા છે. ખાનગી નોકરી કરતા ઉત્તરદાતા ૫.૫૫ ટકા છે. સરકારી નોકરી કરતા ઉત્તરદાતા ૫.૫૫ ટકા છે. વેપાર ધંધો કરતા ઉત્તરદાતા ૧૧.૧૧ ટકા છે. પશુપાલનનો વ્યવસાય કરતાં ઉત્તરદાતા ૫.૫૫ ટકા છે.

વારલી જ્ઞાતિના આદિવાસી કુટુંબોમાં ૮૭.૫૦ ટકા ઉત્તરદાતા પુરૂષો છે. અને ૧૨.૫૦ ટકા ઉત્તરદાતા સ્ત્રીઓ છે. જેમા ૪૧ થી ૬૦ વર્ષના ઉત્તરદાતાઓ સૌથી વધારે છે. જે ૬૬.૬૬ ટકા છે. ૨૦ થી ૪૦ વર્ષના ઉત્તરદાતા ૧૬.૬૭ ટકા છે. ૬૦ થી વધુ વયના

ઉત્તરદાતા ૧૬.૬૭ ટકા છે. તેમજ પ્રાથમિક શિક્ષણનું પ્રમાણ ૩૭.૫૦ ટકા છે. અને માધ્યમિક શિક્ષણનું પ્રમાણ ૩૭.૫૦ ટકા છે. અશિક્ષિત ઉત્તરદાતાનું પ્રમાણ ૨૫ ટકા છે. સૌથી વધારે ઉત્તરદાતા હિન્દુ ધર્મ પાળે છે. જે ૭૫ ટકા છે અને ખ્રિસ્તી ધર્મ ૨૫ ટકા છે. સૌથી વધારે ઉત્તરદાતાઓ ખેતીના વ્યવસાય સાથે જોડાયેલા છે. જે ૮૭.૬૦ ટકા છે. ખેતમજૂરી કરતા ઉત્તરદાતા ૪.૧૬ ટકા છે. તેમજ પશુપાલનના વ્યવસાય કરતા હોય એવા ઉત્તરદાતાનું પ્રમાણ ૮.૩૩ ટકા છે.

ગામિત જ્ઞાતિના આદિવાસી કુટુંબોમાં ૯૪.૭૩ ટકા ઉત્તરદાતા પુરૂષો છે. અને ૫.૨૭ ટકા ઉત્તરદાતા સ્ત્રીઓ છે. જેમા ૪૧ થી ૬૦ વર્ષના ઉત્તરદાતાઓ સૌથી વધારે છે. જે ૭૩.૬૯ ટકા છે. ૨૦ થી ૪૦ વર્ષના ઉત્તરદાતા ૧૫.૭૮ ટકા છે. ૬૧ થી વધુ વર્ષના ઉત્તરદાતા ૧૦.૫૨ ટકા છે. તેમજ પ્રાથમિક શિક્ષણનું પ્રમાણ ૪૨.૧૦ ટકા છે. અને માધ્યમિક શિક્ષણનું પ્રમાણ ૧૫.૭૯ ટકા છે. ઉચ્ચ શિક્ષણનું પ્રમાણ ૧૦.૫૨ ટકા છે.અશિક્ષિત ઉત્તરદાતાનું પ્રમાણ ૩૧.૫૮ ટકા છે. તેમજ સૌથી વધારે ઉત્તરદાતા ખ્રિસ્તી ધર્મ પાળે છે. જે ૮૯.૪૮ ટકા છે અને હિન્દુ ધર્મ પાળનારા ઉત્તરદાતા ૧૦.૫૨ ટકા છે. સૌથી વધારે ઉત્તરદાતાઓ ખેતીના વ્યવસાય સાથે જોડાયેલા છે. જે ૫૭.૯૦ ટકા છે. ખેતમજૂરી કરતા ઉત્તરદાતા ૧૫.૭૯ ટકા છે. ખાનગી નોકરી કરતા ઉત્તરદાતા ૧૦.૫૨ ટકા છે. સરકારી નોકરી કરતા ઉત્તરદાતા ૧૦.૫૨ ટકા છે. તેમજ પશુપાલનના વ્યવસાય કરતા હોય એવા ઉત્તરદાતાનું પ્રમાણ ૫.૨૭ ટકા છે.

ભીલ જ્ઞાતિના આદિવાસી કુટુંબોમાં ૯૪.૬૬ ટકા ઉત્તરદાતા પુરૂષો છે. અને ૫.૩૪ ટકા ઉત્તરદાતા સ્ત્રીઓ છે. જેમા ૪૧ થી ૬૦ વર્ષના ઉત્તરદાતાઓ સૌથી વધારે છે. જે ૫૧.૯૦ ટકા છે. ૨૦ થી ૪૦ વર્ષના ઉત્તરદાતા ૩૫.૧૧ ટકા છે. ૬૧ થી વધુ વર્ષના ઉત્તરદાતા ૧૨.૯૯ ટકા છે. તેમજ પ્રાથમિક શિક્ષણનું પ્રમાણ ૩૯.૭૦ ટકા છે. અને માધ્યમિક શિક્ષણનું પ્રમાણ ૧૧.૪૬ ટકા છે. ઉચ્ચ શિક્ષણનું પ્રમાણ ૨.૨૯ ટકા છે.અશિક્ષિત ઉત્તરદાતાનું પ્રમાણ ૪૬.૫૫ ટકા છે. સૌથી વધારે ઉત્તરદાતા હિન્દુ ધર્મ પાળે

છે. જે ૬૧.૮૩ ટકા છે અને ખ્રિસ્તી ધર્મ પાળનારા ઉત્તરદાતાનું પ્રમાણ ૩૮.૧૭ ટકા છે. સૌથી વધારે ઉત્તરદાતાઓ ખેતીના વ્યવસાય સાથે જોડાયેલા છે. જે ૫૨.૩૮ ટકા છે. ખેતમજૂરી કરતા ઉત્તરદાતા ૨૨.૯૨ ટકા છે. ખાનગી નોકરી કરતા ઉત્તરદાતાનું પ્રમાણ ૩.૮૧ ટકા છે. સરકારી નોકરી કરતા ઉત્તરદાત્તાનું પ્રમાણ ૧.૫૨ ટકા છે. વેપાર ધંધા કરતા ઉત્તરદાતાનું પ્રમાણ ૬.૧૦ ટકા છે. અને પશુપાલન કરતા ઉત્તરદાતાનું પ્રમાણ ૧૨.૯૮ ટકા છે.

૪.૩ કુટુંબની સભ્ય સંખ્યા :

અભ્યાસક્ષેત્રમાં પસંદ કરેલા કુટુંબના કદ વિશે જાણવું જરૂરી છે. કુટુંબનું કદ આર્થિક જીવન ધોરણને અસર કરે છે. કુટુંબનું કદ અને કુટુંબમાં સ્ત્રી-પુરૂષનું પ્રમાણ એ કોઈપણ કુટુંબના વિકાસ માટે મહત્ત્વનું પરિબળ છે. જો કુટુંબનું કદ નાનું હોય અને સ્ત્રી-પુરૂષનું પ્રમાણ પ્રમાણસર હોય તેવા કુટુંબોનો આર્થિક, સામાજિક વિકાસ ઝડપી બને છે. આમ, કુટુંબની સભ્ય સંખ્યા નીચે મુજબ કોષ્ટક નં.૪.૨ માં દર્શાવવામાં આવેલ છે.

કોષ્ટક નં.૪.૨

કુટુંબની સભ્ય સંખ્યા

ક્રમ	પસંદ કરેલા કુટુંબો	સંખ્યા	સ્ત્રી	પુરૂષ	કુલ	કુટુંબનું કદ
૧	કુનબી (ટકા)	૬૭	૨૨૦ (૫૦.૪૬)	૨૧૬ (૪૯.૫૪)	૪૩૬ (૧૦૦)	૭
૨	કુંકણા (ટકા)	૧૧	૩૦ (૫૧.૭૨)	૨૮ (૪૮.૨૮)	૫૮ (૧૦૦)	૫.૨૭
૩	કોંકણી (ટકા)	૧૮	૪૯ (૪૭.૧૧)	૫૫ (૫૨.૮૯)	૧૦૪ (૧૦૦)	૬
૪	વારલી (ટકા)	૨૪	૭૧ (૪૭.૬૬)	૭૮ (૫૨.૩૪)	૧૪૯ (૧૦૦)	૭
૫	ગામિત (ટકા)	૧૯	૪૬ (૪૬.૯૩)	૫૨ (૫૩.૦૭)	૯૮ (૧૦૦)	૫.૧૫
૬	ભીલ	૧૩૧	૩૮૩	૩૯૧	૭૭૪	૬

	(ટકા)		(૪૯.૪૯)	(૫૦.૫૧)	(૧૦૦)	
૭	કુલ (ટકા)	૨૭૦	૭૯૯ (૪૯.૩૬)	૮૨૦ (૫૦.૬૪)	૧૬૧૯ (૧૦૦)	૬.૦૧

ટેબલના આધારે વિશ્લેષણ :

કોષ્ટક નં.૪.૨ માં કુટુંબની સભ્ય સંખ્યા અને કુટુંબનું કદ દર્શાવવામાં આવ્યું છે. સમગ્ર રીતે જોતા સ્ત્રીની સાપેક્ષમાં પુરૂષનું પ્રમાણ નોંધપાત્ર રીતે વધારે છે. જેનું કારણ પુરૂષ પ્રધાન સમાજ છે. કુલ કુટુંબ સભ્યોમાં ૪૯.૩૬ ટકા સ્ત્રીઓ અને ૫૦.૬૪ ટકા પુરૂષોનું પ્રમાણ છે. કુલ કુટુંબનું કદ ૬.૦૧ સભ્યોનું જોવા મળે છે.

કુનબી જ્ઞાતિના આદિવાસી કુટુંબોમાં સ્ત્રીઓનું પ્રમાણ વધુ છે. જે ૫૦.૪૬ ટકા અને પુરૂષોનું પ્રમાણ ૪૯.૫૪ ટકા છે. તેમજ કુટુંબનું કદ ૭ સભ્યોનું છે.

કુંકણા જ્ઞાતિના આદિવાસી કુટુંબોમાં સ્ત્રીઓનું પ્રમાણ વધુ છે. જે ૫૧.૭૨ ટકા છે અને પુરૂષોનું પ્રમાણ ૪૮.૨૮ ટકા છે. તેમજ કુટુંબનું કદ ૫.૨૭ સભ્યોનું છે.

કોંકણી જ્ઞાતિના આદિવાસી કુટુંબોમાં સ્ત્રીઓનું પ્રમાણ ૪૭.૧૧ ટકા છે અને પુરૂષોનું પ્રમાણ ૫૨.૮૯ ટકા છે. કુટુંબનું કદ ૬ સભ્યોનું છે.

વારલી જ્ઞાતિના આદિવાસી કુટુંબોમાં સ્ત્રીઓનું પ્રમાણ ૪૭.૬૬ ટકા છે અને પુરૂષોનું પ્રમાણ ૫૨.૩૪ ટકા છે. કુટુંબનું કદ ૭ સભ્યોનું છે.

ગામિત જ્ઞાતિના આદિવાસી કુટુંબોમાં સ્ત્રીઓનું પ્રમાણ ૪૬.૯૩ ટકા છે અને પુરૂષોનું પ્રમાણ ૫૩.૦૭ ટકા છે. કુટુંબનું કદ ૫.૧૫ સભ્યોનું છે.

ભીલ જ્ઞાતિના આદિવાસી કુટુંબોમાં સ્ત્રીઓનું પ્રમાણ ૪૯.૪૯ ટકા છે અને પુરૂષોનું પ્રમાણ ૫૦.૫૧ ટકા છે. કુટુંબમાં સભ્ય સંખ્યા ૬ છે.

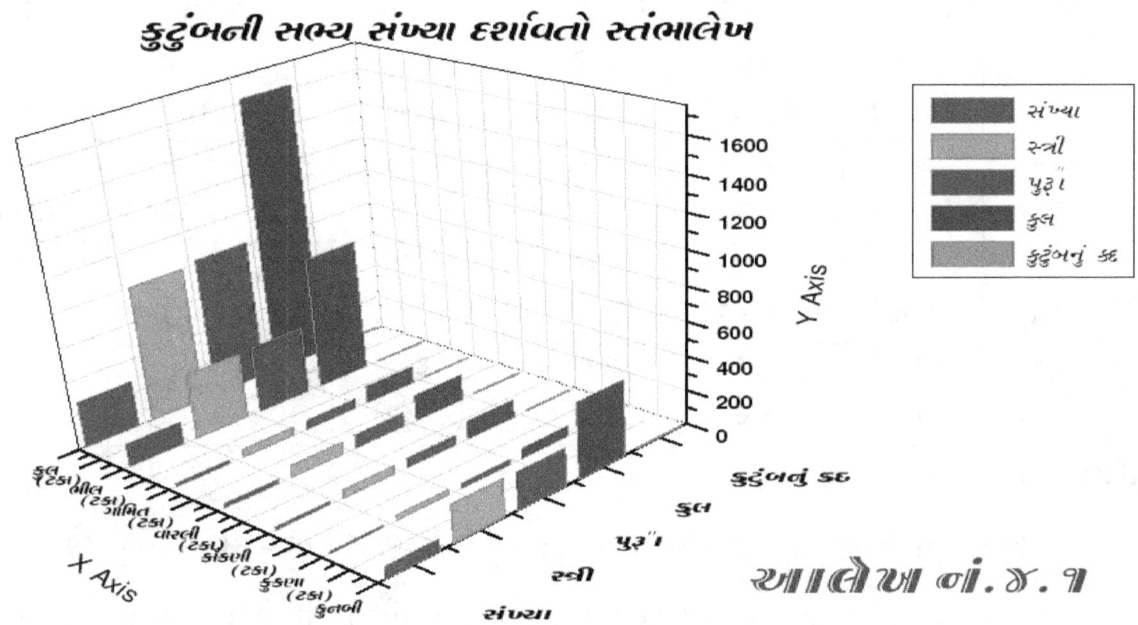

આલેખ નં.૪.૧

૪.૪ કુટુંબના સભ્યોનું શિક્ષણ :

કુટુંબના સભ્યોનું શિક્ષણ તેમના વ્યવસાયની પસંદગી આવક તેમજ જીવનધોરણને અસર કરતું મહત્ત્વનું પરિબળ છે. સામાન્ય રીતે જેમ જેમ શિક્ષણનું પ્રમાણ અને ગુણવત્તા વધતી જાય તેમ તેમ આર્થિક-સામાજિક વ્યાવસાયિક ગુણવત્તામાં પણ વધારો થાય છે. સામાન્ય રીતે શિક્ષિત નિર્ણયકર્તા વધુ જાગૃત અને વધુ જવાબદાર બને છે. પસંદ કરેલા નિર્ણયકર્તા વધુ જાગૃત અને વધુ જવાબદાર બને છે. પસંદ કરેલા ઉત્તરદાતાના કુટુંબની સ્થિતિ નીચેના કોષ્ટકમાં દર્શાવવામાં આવી છે.

કોષ્ટક ન.૪.૪

ઉત્તરદાતાના કુટુંબનું શિક્ષણ દર્શાવતું કોષ્ટક

ક્રમ	પસંદ કરેલા કુટુંબો	કુલ સભ્ય સંખ્યા	કુટુંબના સભ્યોનું શિક્ષણ				
			૧ થી ૮	૯ થી ૧૨	ઉચ્ચ શિક્ષણ કોલેજ, પી.ટી.સી	અશિક્ષિત	૧ થી ૫ વર્ષના બાળકો
૧	કુનબી (ટકા)	૪૩૬ (૧૦૦)	૧૮૯ (૪૩.૩૪)	૧૨૪ (૨૮.૪૪)	૪૪ (૧૦.૧૦)	૭૧ (૧૬.૨૯)	૮ (૧.૮૩)
૨	કુંકણા (ટકા)	૫૮ (૧૦૦)	૩૧ (૫૩.૪૫)	૧૦ (૧૭.૨૪)	૩ (૫.૧૮)	૧૨ (૨૦.૬૯)	૨ (૩.૪૪)
૩	કોંકણી	૧૦૪	૩૯	૨૮	૮	૨૭	૨

	(ટકા)	(૧૦૦)	(૩૭.૬૦)	(૨૬.૯૨)	(૭.૬૯)	(૨૫.૯૬)	(૧.૯૨)
૪	વારલી	૧૪૯	૪૮	૪૨	૧૧	૪૨	૬
	(ટકા)	(૧૦૦)	(૩૨.૨૧)	(૨૮.૧૯)	(૭.૩૯)	(૨૮.૧૯)	(૪.૦૨)
૫	ગામિત	૯૮	૪૯	૧૮	૮	૨૧	૨
	(ટકા)	(૧૦૦)	(૫૦)	(૧૮.૩૭)	(૮.૧૭)	(૨૧.૪૨)	(૨.૦૪)
૬	ભીલ	૭૭૪	૪૧૫	૭૨	૩૫	૨૩૮	૧૪
	(ટકા)	(૧૦૦)	(૫૩.૬૨)	(૯.૩૦)	(૪.૫૩)	(૩૦.૭૫)	(૧.૮૦)
૭	કુલ	૧૬૧૯	૭૭૧	૨૯૪	૧૦૯	૪૧૧(૨૫.૩૦)	૩૪
	(ટકા)	(૧૦૦)	(૪૭.૬૨)	(૧૮.૧૬)	(૬.૭૩)		(૨.૧૦)

ટેબલના આધારે વિશ્લેષણ :

કોષ્ટક નં.૪.૪ માં ઉત્તરદાતાના કુટુંબનું શિક્ષણ દર્શાવવામાં આવ્યું છે. પસંદ કરેલા કુટુંબોમાં પ્રાથમિક શિક્ષણ મેળવનારા વ્યક્તિઓ સૌથી વધારે છે. જ્યારે ૧ થી ૫ વર્ષના બાળકોનું પ્રમાણ સૌથી ઓછું છે. પ્રાથમિક શિક્ષણનું પ્રમાણ ૪૭.૬૨ ટકા છે. માધ્યમિક અને ઉચ્ચત્તર માધ્યમિક શિક્ષણનું પ્રમાણ ૧૮.૧૬ ટકા છે. ઉચ્ચ શિક્ષણ ૬.૭૩ ટકા છે. અશિક્ષિત ૨૫.૩૦ ટકા છે.

કુનબી જ્ઞાતિના આદિવાસી કુટુંબોમાં પ્રાથમિક શિક્ષણ મેળવેલાઓનું પ્રમાણ સૌથી વધુ છે. જે ૪૩.૩૪ ટકા છે. માધ્યમિક અને ઉચ્ચત્તર માધ્યમિક શિક્ષણનું પ્રમાણ ૨૮.૪૪ ટકા છે. ઉચ્ચ શિક્ષણ (પી.ટી.સી. કોલેજ) નું શિક્ષણ ૧૦.૧૦ ટકા છે. અશિક્ષિતોનું પ્રમાણ ૧૬.૨૯ ટકા છે. ૧ થી ૫ વર્ષના બાળકોનું પ્રમાણ ૧.૮૩ ટકા છે.

કુંકણા જ્ઞાતિના આદિવાસી કુટુંબોમાં પ્રાથમિક શિક્ષણ મેળવેલાઓનું પ્રમાણ સૌથી વધુ છે. જે ૫૩.૪૫ ટકા છે. માધ્યમિક અને ઉચ્ચત્તર માધ્યમિક શિક્ષણનું પ્રમાણ ૧૭.૨૪ ટકા છે. ઉચ્ચ શિક્ષણ (પી.ટી.સી. કોલેજ) નું શિક્ષણ પ્રમાણ ૫.૧૮ ટકા છે. અશિક્ષિતોનું પ્રમાણ ૨૦.૬૯ ટકા છે. ૧ થી ૫ વર્ષના બાળકોનું પ્રમાણ ૩.૪૪ ટકા છે.

કોંકણી જ્ઞાતિના આદિવાસી કુટુંબોમાં પ્રાથમિક શિક્ષણ મેળવેલાઓનું પ્રમાણ સૌથી વધુ છે. જે ૩૭.૬૦ ટકા છે. માધ્યમિક શિક્ષણનું પ્રમાણ ૨૬.૯૨ ટકા છે. ઉચ્ચ

શિક્ષણનું પ્રમાણ ૭.૬૯ ટકા છે. અશિક્ષિતોનું પ્રમાણ ૨૫.૯૬ ટકા છે. ૧ થી ૫ વર્ષના બાળકોનું પ્રમાણ ૧.૯૨ ટકા છે.

વારલી જ્ઞાતિના આદિવાસી કુટુંબોમાં પ્રાથમિક શિક્ષણ મેળવેલાઓનું પ્રમાણ સૌથી વધુ છે. જે ૩૨.૨૧ ટકા છે. માધ્યમિક શિક્ષણનું પ્રમાણ ૨૮.૧૯ ટકા છે. ઉચ્ચ શિક્ષણ (પી.ટી.સી. કોલેજ) નું શિક્ષણ પ્રમાણ ૭.૩૯ ટકા છે. અશિક્ષિતોનું પ્રમાણ ૨૮.૧૯ ટકા છે. ૧ થી ૫ વર્ષના બાળકોનું પ્રમાણ ૪.૦૨ ટકા છે.

ગામિત જ્ઞાતિના આદિવાસી કુટુંબોમાં પ્રાથમિક શિક્ષણ મેળવેલાઓનું પ્રમાણ સૌથી વધુ છે. જે ૫૦ ટકા છે. માધ્યમિક શિક્ષણનું પ્રમાણ ૧૮.૩૭ ટકા છે. ઉચ્ચ શિક્ષણ (પી.ટી.સી. કોલેજ) નું શિક્ષણ પ્રમાણ ૮.૧૭ ટકા છે. અશિક્ષિતોનું પ્રમાણ ૨૧.૪૨ ટકા છે. ૧ થી ૫ વર્ષના બાળકોનું પ્રમાણ ૨.૦૪ ટકા છે.

ભીલ જ્ઞાતિના આદિવાસી કુટુંબોમાં પ્રાથમિક શિક્ષણ મેળવેલાઓનું પ્રમાણ સૌથી વધુ છે. જે ૫૩.૬૨ ટકા છે. માધ્યમિક શિક્ષણનું પ્રમાણ ૯.૩૦ ટકા છે. ઉચ્ચ શિક્ષણ (પી.ટી.સી. કોલેજ) નું શિક્ષણ પ્રમાણ ૪.૫૩ ટકા છે. અશિક્ષિતોનું પ્રમાણ ૩૦.૭૫ ટકા છે. ૧ થી ૫ વર્ષના બાળકોનું પ્રમાણ ૧.૮૦ ટકા છે.

૪.૬ કુટુંબના સભ્યોના વ્યવસાય :

કુટુંબના એક વ્યક્તિની આવકથી બીજી વ્યક્તિનું જીવનધોરણ લાંબાગાળા સુધી ચલાવી શકાતુ નથી. તેથી કુટુંબના સભ્યોએ કોઈને કોઈ વ્યવસાય કરવો જ પડે છે. પ્રસ્તુત પ્રકરણમાં પસંદ કરેલા આદિવાસી કુટુંબોનો વ્યવસાય નીચે મુજબ કોષ્ટકમાં દર્શાવવામાં આવેલ છે.

કોષ્ટક નં.૪.૫

સભ્યોનો મુખ્ય વ્યવસાય

ક્રમ	પસંદ કરેલા કુટુંબો	સંખ્યા	કુટુંબનો મુખ્ય વ્યવસાય									
			ખેતી	ખેત મજૂરી	સકારી નોકરી	ખાનગી નોકરી	પશુ પાલન	ઘરકામ	અન્ય	અભ્યાસ	કામ નહિ કરનારા	કુલ
૧	કુનબી (ટકા)	૬૭	૧૧૯ (૨૭.૩૦)	૩૧ (૭.૧૧)	૧ (૦.૨૨)	૧૧ (૨.૫૨)	૩૦ (૬.૮૯)	૪૫ (૧૦.૩૨)	૩૫ (૮.૦૩)	૧૪૧ (૩૨.૩૩)	૨૩ (૫.૨૮)	૪૩૬ (૧૦૦)

૨	કુંકણા (ટકા)	૧૧	૧૮ (૩૧.૦૩)	૩ (૫.૧૮)	-	૨ (૩.૪૪)	-	૧૧ (૧૮.૯૭)	૪ (૬.૯૦)	૧૬ (૨૭.૫૮)	૪ (૬.૯૦)	૫૮ (૧૦૦)
૩	કોંકણી (ટકા)	૧૮	૩૧ (૨૯.૮૦)	-	૧ (૦.૯૭)	૨ (૧.૯૨)	૧૧ (૧૦.૫૮	૧૨ (૧૧.૫૩)	૬ (૫.૭૭)	૩૪ (૩૨.૭૦)	૭ (૬.૭૩)	૧૦૪ (૧૦૦)
૪	વારલી (ટકા)	૨૪	૪૧ (૨૭.૫૧)	૭ (૪.૬૯)	૧ (૦.૬૮)	૫ (૩.૩૬)	૧૨ (૮.૦૬)	૧૨ (૮.૦૬)	૨૦ (૧૩.૪૨)	૪૫ (૩૦.૨૦)	૬ (૪.૦૨)	૧૪૯ (૧૦૦)
૫	ગામિત (ટકા)	૧૯	૩૨ (૩૨.૬૫)	૪ (૪.૦૮)	૨ (૨.૦૪)	૩ (૩.૦૭)	૪ (૪.૦૮	૧૨ (૧૨.૨૪)	૮ (૮.૧૬)	૨૯ (૨૯.૬૦)	૪ (૪.૦૮)	૯૮ (૧૦૦)
૬	ભીલ (ટકા)	૧૩ ૧	૧૮૯ (૨૪.૪૧)	૭૪ (૯.૫૭)	૪ (૦.૫૧)	૧૦ (૧.૩૦)	૮૧ (૧૦.૪૭	૪૯ (૬.૩૩)	૫૩ (૬.૮૫)	૨૭૬ (૩૫.૬૬)	૩૮ (૪.૯૦)	૭૭૪ (૧૦૦)
૭	કુલ (ટકા)	૨૭ ૦	૪૩૦ (૨૬.૫૬)	૧૧૯ (૭.૩૬)	૯ (૦.૫૬)	૩૩ (૨.૦૩)	૧૩૮ (૮.૫૨)	૧૪૧ (૮.૭૦)	૧૨૬ (૭.૭૯)	૫૪૧ (૩૩.૪૧)	૮૨ (૫.૦૭)	૧૬૧૯ (૧૦૦)

ટેબલના આધારે વિશ્લેષણ :

કોષ્ટક નં.૪.૫ માં સભ્યોનો મુખ્ય વ્યવસાય દર્શાવવામાં આવ્યો છે. સંપદ કરેલા કુટુંબોમાં સૌથી વધારે સભ્યો શિક્ષણ સાથે જોડાયેલા છે. જે દર્શાવે છે કે અભ્યાસક્ષેત્રનાં પ્રદેશમાં શિક્ષણનું પ્રમાણ વધી રહ્યું છે. જે ૩૩.૪૧ ટકા છે. ખેતી કરતા હોય એવા સભ્યો ૨૬.૫૬ ટકા છે. ખેત મજૂરીનું કામ કરતા હોય એવા સભ્યો ૭.૩૬ ટકા છે. સરકારી નોકરી કરતા હોય એવા સભ્યો ૦.૫૬ ટકા છે. ખાનગી નોકરી કરતા સભ્યોનું પ્રમાણ ૨.૦૩ ટકા છે. પશુપાલન કરતા સભ્યો ૮.૫૨ ટકા છે. ઘરકામ કરનારા સભ્યોનું પ્રમાણ ૮.૭૦ ટકા છે. અન્ય કામ કરનારાઓનું પ્રમાણ ૭.૭૯ ટકા છે. કામ નહિં કરનારાઓ જે કુટુંબના અન્ય સભ્યો પર આધાર રાખે છે. તેનું પ્રમાણ ૫.૦૭ ટકા છે.

કુનબી જ્ઞાતિના આદિવાસી કુટુંબોમાં સૌથી વધારે સભ્યો અભ્યાસ કરે છે. જે ૩૨.૩૩ ટકા છે. ખેતીના વ્યવસાય કરતા સભ્યો ૨૭.૩૦ ટકા છે. ખેત મજૂરી કરતા ૭.૧૧ ટકા છે. સરકારી નોકરી કરતા સભ્યો ૦.૨૨ ટકા છે. ખાનગી નોકરી કરતા સભ્યો ૨.૫૨ ટકા છે. પશુપાલનના વ્યવસાય સાથે જોડાયેલા સભ્યોનું પ્રમાણ ૬.૮૯ ટકા છે. ઘરકામ કરનારા સભ્યો ૧૦.૩૨ ટકા છે. અન્ય કામ કરનારા ૮.૦૩ ટકા છે. અને કામ નહિ કરનારા ૫.૨૮ ટકા છે.

કુંકણા જ્ઞાતિના આદિવાસી કુટુંબોના સભ્યોનો વ્યવસાય ખેતી છે. જે ૩૧.૦૩ ટકા છે. ખેત મજૂરી કરતા સભ્યોનું પ્રમાણ ૫.૧૮ ટકા છે. ખાનગી નોકરી કરતા સભ્યો ૩.૪૪ ટકા છે. ઘરકામ સાથે જોડાયેલા સભ્યોનું પ્રમાણ ૧૮.૯૭ ટકા છે. અન્ય કામ કરનારા સભ્યો ૬.૯૦ ટકા છે. અભ્યાસ કરનારા સભ્યોનું પ્રમાણ ૨૭.૫૮ ટકા છે. તેમજ કામ નહિ કરનારા ૬.૯૦ ટકા છે.

કોંકણી જ્ઞાતિના આદિવાસી કુટુંબોમાં સૌથી વધારે સભ્યો અભ્યાસ કરે છે. જે ૩૨.૭૦ ટકા છે. ખેતીના વ્યવસાય કરતા સભ્યો ૨૯.૮૦ ટકા છે. સરકારી નોકરી કરતા સભ્યો ૦.૯૭ ટકા છે. ખાનગી નોકરી કરતા સભ્યો ૧.૯૨ ટકા છે. પશુપાલનના વ્યવસાય સાથે જોડાયેલા સભ્યોનું પ્રમાણ ૧૦.૫૮ ટકા છે. ઘરકામ કરનારા સભ્યો ૧૧.૫૩ ટકા છે. અન્ય કામ કરનારા ૫.૭૭ ટકા છે. કામ નહિ કરનારા ૬.૭૩ ટકા છે.

વારલી જ્ઞાતિના આદિવાસી કુટુંબોમાં સૌથી વધારે સભ્યો અભ્યાસ કરે છે. જે ૩૦.૨૦ ટકા છે. ખેતી કરતા સભ્યો ૨૭.૫૧ ટકા છે. ખેત મજૂરી કરતા ૪.૬૯ ટકા છે. સરકારી નોકરી કરતા સભ્યો ૦.૬૮ ટકા છે. ખાનગી નોકરી કરતા સભ્યો ૩.૩૬ ટકા છે. પશુપાલનનો વ્યવસાય સાથે જોડાયેલા સભ્યોનું પ્રમાણ ૮.૦૬ ટકા છે. ઘરકામ કરનારા સભ્યો ૮.૦૬ ટકા છે. અન્ય કામ કરનારા સભ્યોનું પ્રમાણ ૧૩.૪૨ ટકા છે. અને કામ નહિ કરનારા ૪.૦૨ ટકા છે.

ગામિત જ્ઞાતિના આદિવાસી કુટુંબોમાં સભ્યો ખેતીના વ્યવસાય સાથે જોડાયેલા છે. જે ૩૨.૬૫ ટકા છે. ખેત મજૂરી કરતા ૪.૦૮ ટકા છે. સરકારી નોકરી કરતા સભ્યો ૨.૦૪ ટકા છે. ખાનગી નોકરી કરતા સભ્યો ૩.૦૭ ટકા છે. પશુપાલનના વ્યવસાય સાથે જોડાયેલા સભ્યોનું પ્રમાણ ૪.૦૮ ટકા છે. ઘરકામ કરતા હોય તેવા સભ્યો ૧૨.૨૪ ટકા છે. અન્ય વ્યવસાય કરનારા સભ્યોનું પ્રમાણ ૮.૧૬ ટકા છે. અભ્યાસ કરનારા સભ્યોનું પ્રમાણ ૨૯.૬૦ ટકા છે. કામ નહિ કરનારા ૦.૮ ટકા છે.

ભીલ જ્ઞાતિના આદિવાસી કુટુંબોમાં સૌથી વધારે સભ્યો અભ્યાસ કરે છે. જે ૩૫.૬૬ ટકા છે. ખેતીનો વ્યવસાય કરતા સભ્યો ૨૪.૪૧ ટકા છે. ખેત મજૂરી કરતા હોય એવા સભ્યોનું પ્રમાણ ૯.૫૭ ટકા છે. સરકારી નોકરી કરતા સભ્યો ૦.૫૧ ટકા છે. ખાનગી નોકરી સાથે જોડાયેલા સભ્યોનું પ્રમાણ ૧.૩૦ ટકા છે. પશુપાલનનો વ્યવસાય કરતા હોય એવા સભ્યોનું પ્રમાણ ૧૦.૪૭ ટકા છે. ઘરકામ કરનારા સભ્યો ૬.૩૩ ટકા છે. અન્ય વ્યવસાય કરતા સભ્યો ૬.૮૫ ટકા છે. કામ નહિ કરનારા ૪.૯૦ ટકા છે.

પ્રસ્તુત પ્રકરણમાં ઉત્તરદાતાની સામાન્ય માહિતી દર્શાવવામાં આવી છે. જેમાં ઉત્તરદાતાની, શિક્ષણ, વ્યવસાય તેમજ કૌટુંબિક વયજૂથ, વ્યવસાયીક શિક્ષણ વગેરેનો સમાવેશ કરવામાં આવ્યો છે.

પ્રકરણ - ૫

માહિતીનું એકત્રીકરણ, પૃથ્થકરણ, વિશ્લેષણ અને અર્થઘટન

૫.૧ પ્રસ્તાવના :

પ્રસ્તુત પ્રકરણમાં પસંદ કરેલા ઉત્તરદાતાઓનું આર્થિક સ્થિતિ વિષયક માહિતી, આરોગ્ય વિષયક માહિતી, શિક્ષણ વિષયક માહિતી, સામાજિક અને સાંસ્કૃતિક પરિસ્થિતિ વિષયક માહિતી, ભૌતિક સુવિદ્યા વિષયક માહિતી, જાતિગત સમાનતા વગેરે બાબતો તપાસવી જરૂરી બને છે. સમાજનાં વિકાસનો આધાર આર્થિક અને સામાજિક પરિસ્થિતિ પર રહેલો છે.ડાંગ પ્રદેશમાં વસવાટ કરતી કુનબી, કુંકણા, કોંકણી, વારલી, ગામિત, ભીલ વગેરે જનજાતિઓમાં વર્તમાન જુદાં જુદાં ક્ષેત્રે આવેલાં પરિવર્તનનાં સંદર્ભમાં આર્થિક, સામાજિક પરિસ્થિતિઓનો અભ્યાસ કરવામાં આવ્યો છે.

૫.૨ આર્થિક સ્થિતિ વિષયક માહિતી :

સામાજિક રચનાતંત્ર અને તેનાં કાર્યોનો આધાર સ્થંભ સમાજની આર્થિક સ્થિતિ પર રહેલો છે. કોઈપણ સમાજમાં જે તે જ્ઞાતિ સમૂહો કે પ્રાદેશિક જૂથો વગેરે તેના આર્થિકતાના આધારે તેનું જીવનધોરણ જોવા મળે છે. સમાજ જીવન અને આર્થિક પરિસ્થિતિ બંને એકબીજા પર અસર કરે છે. એક બીજા સાથે સંકળાયેલા છે. તેથી, અહીં ડાંગ જિલ્લાના લોકોનું સામાજિક જીવન તપાસવાની સાથે સાથે તેમની આર્થિક પરિસ્થિતિ વિશેની જાણકારી મેળવવી જરૂરી બને છે.

પ્રસ્તુત પ્રકરણમાં આર્થિક, પાંસાઓમાં આવકનો સ્રોત અને તેની વાર્ષિક આવક, જમીનનું પ્રમાણ, રોકાણ વિષયક માહિતી, લોન વિષયક માહિતી, દેવું વગેરે જેવા પ્રશ્નોનું વિશ્લેષણ કરવામાં આવ્યું છે.

આમ, અહીં ડાંગના લોકોની આર્થિક સ્થિતિ વિશે આંકડાકિય પૃથ્થકરણ કરવામાં આવ્યું છે, જે નીચે દર્શાવેલા કોષ્ટક દ્વારા સ્પષ્ટ કરવામાં આવ્યું છે.

કોષ્ટક નં.૫.૧

આવકનો મુખ્ય સ્રોત અને તેની વાર્ષિક આવક દર્શાવતું કોષ્ટક (વા.આ.રૂ.માં.)

ક્રમ	પસંદ કરેલા કુટુંબો	સંખ્યા	કુટુંબનો વ્યવસાય							
			ખેતી	ખેત મજૂરી	દુકાન	નોકરી	પશુપાલન	અન્ય	કુલ	કુટુંબ દીઠ વાર્ષિક આવક
૧	કુનબી (ટકા)	૬૭	૫૧૫૯૦૦ (૪૪.૦૩)	૨૮૫૦૦ (૨.૪૩)	૫૦૦૦ (૦.૪૨)	૧૯૯૦૦૦ (૧૬.૯૯)	૨૩૭૮૦૦ (૨૦.૨૦)	૧૮૫૭૦૦ (૧૫.૮૪)	૧૧૭૧૯૦૦ (૧૦૦)	૧૭૪૯૧
૨	કુંકણા (ટકા)	૧૧	૧૧૬૦૦૦ (૬૧.૭૦)	૪૦૦૦ (૨.૧૨)	૨૫૦૦૦ (૧૩.૩૦)	૨૦૦૦૦ (૧૦.૬૩)	૧૨૦૦૦ (૬.૩૯)	૧૧૦૦૦ (૫.૮૬)	૧૮૮૦૦૦ (૧૦૦)	૧૭૦૯૦
૩	કોંકણી (ટકા)	૧૮	૨૧૫૦૦૦ (૫૯.૫૬)	૬૦૦૦ (૧.૬૬)	૨૦૦૦ (૦.૫૬)	૪૫૦૦૦ (૧૨.૪૭)	૫૫૦૦૦ (૧૫.૨૩)	૩૮૦૦૦ (૧૦.૫૨)	૩૬૧૦૦૦ (૧૦૦)	૨૦૦૫૫
૪	વારલી (ટકા)	૨૪	૩૦૩૦૦૦ (૬૨.૪૮)	૨૯૦૦૦ (૫.૯૮)	---	૧૬૦૦૦ (૩.૩૦)	૮૨૦૦૦ (૧૬.૯૦)	૫૫૦૦૦ (૧૧.૩૪)	૪૮૫૦૦૦ (૧૦૦)	૨૦૨૦૮
૫	ગામિત (ટકા)	૧૯	૧૮૩૦૦૦ (૫૩.૯૦)	૩૦૦૦ (૦.૮૯)	---	૭૪૦૦૦ (૨૧.૮૦)	૪૮૦૦૦ (૧૪.૧૩)	૩૧૫૦૦ (૯.૨૮)	૩૩૯૫૦૦ (૧૦૦)	૧૭૮૬૮
૬	ભીલ (ટકા)	૧૩૧	૯૪૭૩૦૦ (૩૮.૨૦)	૫૧૪૦૦૦ (૨૦.૭૩)	૭૦૦૦૦ (૨.૮૨)	૨૯૯૦૦૦ (૧૨.૦૬)	૪૦૭૫૦૦ (૧૬.૪૩)	૨૪૨૦૦૦ (૯.૭૬)	૨૪૭૯૮૦૦ (૧૦૦)	૧૮૯૨૯
૭	કુલ (ટકા)	૨૭૦	૨૨૮૦૨૦૦ (૪૫.૩૭)	૫૮૪૫૦૦ (૧૧.૬૩)	૧૦૨૦૦૦ (૨.૦૨)	૬૫૩૦૦૦ (૧૩)	૮૪૨૩૦૦ (૧૬.૭૭)	૫૬૩૨૦૦ (૧૧.૨૧)	૫૦૨૫૨૦૦ (૧૦૦)	૧૮૬૧૧

ટેબલના આધારે વિશ્લેષણ :

કોષ્ટક નં.૫.૧ માં કુટુંબોની આવકનો મુખ્ય સ્ત્રોત અને તેની વાર્ષિક આવક દર્શાવવામાં આવી છે. જેમાં કુટુંબોની કુલ આવક રૂા.૫૦૨૫૨૦૦/- છે. જેમાં સૌથી વધારે આવક ખેતીમાંથી પ્રાપ્ત કરે છે. જે રૂા.૪૫.૩૭ ટકા છે. ખેત મજૂરીમાંથી પ્રાપ્ત થતી આવક ૧૧.૬૩ ટકા છે. દુકાનમાંથી પ્રાપ્ત થતી આવક ૨.૦૨ ટકા છે. નોકરીમાંથી પ્રાપ્ત થતી આવક ૧૩ ટકા છે. પશુપાલનમાંથી પ્રાપ્ત થતી આવક ૧૬.૭૭ ટકા છે. અન્ય વ્યવસાયમાંથી પ્રાપ્ત થતી આવક ૧૧.૨૧ ટકા છે. તેમજ કુટુંબદીઠ આવક રૂા.૧૮૬૧૧/- છે.

કુનબી જ્ઞાતિના આદિવાસી કુટુંબોમાં કુલ આવક રૂા.૧૧૭૧૯૦૦/- છે. જેમાંથી સૌથી વધુ આવક ખેતીમાંથી પ્રાપ્ત થાય છે. જે ૪૪.૦૩ ટકા છે. ખેત મજૂરમાંથી પ્રાપ્ત થતી આવક ૨.૪૩ ટકા છે. દુકાનમાંથી પ્રાપ્ત થતી આવક ૦.૪૨ ટકા છે. નોકરીમાંથી પ્રાપ્ત થતી આવક ૧૬.૯૯ ટકા છે. પશુપાલનમાંથી પ્રાપ્ત થતી આવક ૨૦.૨૦ ટકા છે. અન્ય

વ્યવસાયમાંથી પ્રાપ્ત થતી આવક ૧૫.૮૪ ટકા છે. તેમજ કુટુંબદીઠ આવક રૂા.૧૭૪૯૧/- છે.

કુંકણા જ્ઞાતિના આદિવાસી કુટુંબોમાં કુલ આવક રૂા.૧૮૮૦૦૦/- છે. જેમાંથી સૌથી વધુ આવક ખેતીમાંથી પ્રાપ્ત થાય છે. જે ૬૧.૭૦ ટકા છે. ખેત મજૂરમાંથી પ્રાપ્ત થતી આવક ૨.૧૨ ટકા છે. દુકાનમાંથી પ્રાપ્ત થતી આવક ૧૩.૩૦ ટકા છે. નોકરીમાંથી પ્રાપ્ત થતી આવક ૧૦.૬૩ ટકા છે. પશુપાલનમાંથી પ્રાપ્ત થતી આવક ૬.૩૯ ટકા છે. અન્ય વ્યવસાયમાંથી પ્રાપ્ત થતી આવક ૫.૮૬ ટકા છે. તેમજ કુટુંબદીઠ આવક રૂા.૧૭૦૯૦/- છે.

કોંકણી જ્ઞાતિના આદિવાસી કુટુંબોમાં કુલ આવક રૂા.૩૬૧૦૦૦/- છે. જેમાંથી સૌથી વધુ આવક ૫૯.૫૬ ટકા ખેતીમાંથી પ્રાપ્ત થાય છે. ખેત મજૂરમાંથી પ્રાપ્ત થતી આવક ૧.૬૬ ટકા છે. દુકાનમાંથી પ્રાપ્ત થતી આવક ૦.૫૬ ટકા છે. નોકરીમાંથી પ્રાપ્ત થતી આવક ૧૨.૪૭ ટકા છે. પશુપાલનમાંથી પ્રાપ્ત થતી આવક ૧૫.૨૩ ટકા છે. તેમજ અન્ય વ્યવસાયમાંથી પ્રાપ્ત થતી આવક ૧૦.૫૨ ટકા છે. કુટુંબદીઠ આવક રૂા.૨૦૦૫૫/- છે.

વારલી જ્ઞાતિના આદિવાસી કુટુંબોમાં કુલ આવક રૂા.૪૮૫૦૦૦/- છે. જેમાંથી સૌથી વધુ આવક ખેતીમાંથી પ્રાપ્ત થાય છે. જે ૬૨.૪૮ ટકા છે. ખેત મજૂરમાંથી પ્રાપ્ત થતી આવક ૫.૯૮ ટકા છે. નોકરીમાંથી પ્રાપ્ત થતી આવક ૩.૩૦ ટકા છે. પશુપાલનમાંથી પ્રાપ્ત થતી આવક ૧૬.૯૦ ટકા છે. અન્ય વ્યવસાયમાંથી પ્રાપ્ત થતી આવક ૧૧.૩૪ ટકા છે. તેમજ કુટુંબદીઠ આવક રૂા.૨૦૨૦૮/- છે.

ગામિત જ્ઞાતિના આદિવાસી કુટુંબોમાં કુલ આવક રૂા.૩૩૯૫૦૦/- છે. જેમાંથી સૌથી વધુ આવક ખેતીમાંથી પ્રાપ્ત થાય છે. જે ૫૩.૯૦ ટકા છે. ખેત મજૂરમાંથી પ્રાપ્ત થતી આવક ૦.૮૯ ટકા છે. નોકરીમાંથી પ્રાપ્ત થતી આવક ૨૧.૮૦ ટકા છે. પશુપાલનમાંથી પ્રાપ્ત થતી આવક ૧૪.૧૩ ટકા છે. અન્ય વ્યવસાયમાંથી પ્રાપ્ત થતી આવક ૯.૨૮ ટકા છે. તેમજ કુટુંબદીઠ આવક રૂા.૧૭૮૬૮/- છે.

ભીલ જ્ઞાતિના આદિવાસી કુટુંબોમાં કુલ આવક રૂા.૨૪૭૯૮૦૦/- છે. જેમાંથી સૌથી વધુ આવક ખેતીમાંથી પ્રાપ્ત થાય છે. જે ૩૮.૨૦ ટકા છે. ખેત મજૂરમાંથી પ્રાપ્ત થતી આવક ૨૦.૭૩ ટકા છે. દુકાનમાંથી પ્રાપ્ત થતી આવક ૨.૮૨ ટકા છે. નોકરીમાંથી પ્રાપ્ત થતી આવક ૧૨.૦૬ ટકા છે. પશુપાલનમાંથી પ્રાપ્ત થતી આવક ૧૬.૪૩ ટકા છે. અન્ય વ્યવસાયમાંથી પ્રાપ્ત થતી આવક ૯.૭૬ ટકા છે. તેમજ કુટુંબદીઠ આવક રૂા.૧૮૯૨૯/- છે

ગ્રાફ

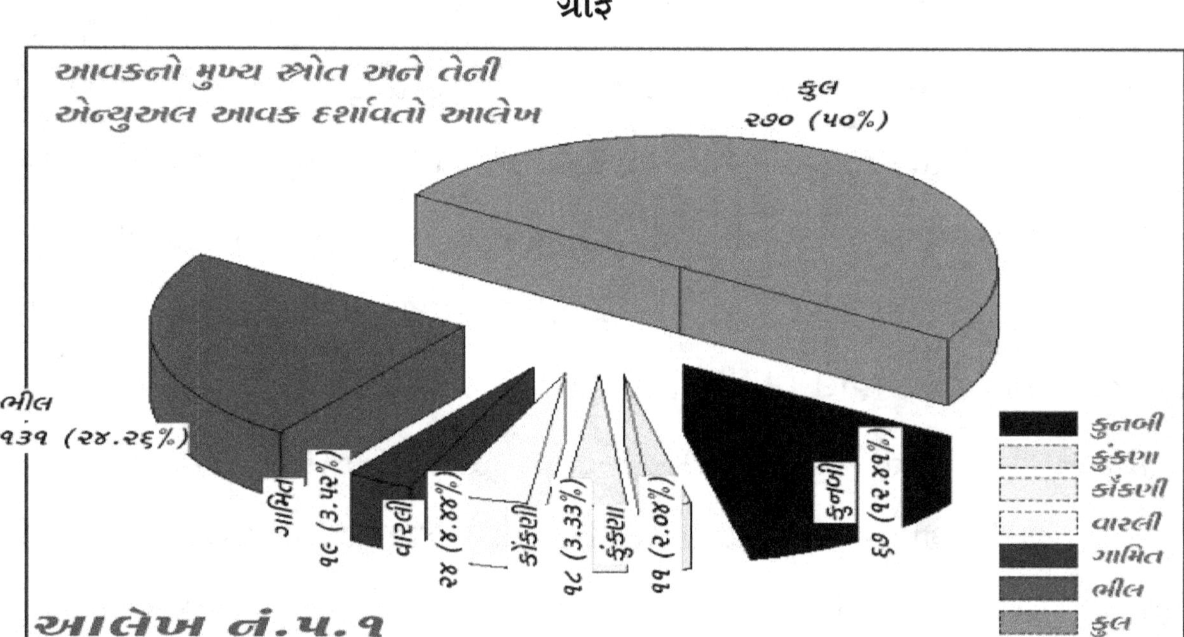

આલેખ નં.૫.૧

કોષ્ટક નં.૫.૨

વ્યવસાયના વિમા વિષયક માહિતી દર્શાવતું કોષ્ટક

ક્રમ	પસંદ કરેલા કુટુંબો	સંખ્યા	તમારા વ્યવસાયનો વિમો છે ?		કુલ
			હા	ના	
૧	કુનબી (ટકા)	૬૭ (૧૦૦)	--	૬૭ (૧૦૦)	૬૭
૨	કુંકણા (ટકા)	૧૧ (૧૦૦)	--	૧૧ (૧૦૦)	૧૧

૩	કોંકણી (ટકા)	૧૮ (૧૦૦)	--	૧૮ (૧૦૦)	૧૮
૪	વારલી (ટકા)	૨૪ (૧૦૦)	--	૨૪ (૧૦૦)	૨૪
૫	ગામિત	૧૯ (૧૦૦)	--	૧૯ (૧૦૦)	૧૯
૬	ભીલ (ટકા)	૧૩૧ (૧૦૦)	--	૧૩૧ (૧૦૦)	૧૩૧
૭	કુલ (ટકા)	૨૭૦ (૧૦૦)	--	૨૭૦ (૧૦૦)	૨૭૦

ટેબલના આધારે વિશ્લેષણ :

કોષ્ટક નં.૫.૨ માં પસંદ કરેલા આદિવાસી કુટુંબોની વ્યવસાયના વિમા વિષયક માહિતી દર્શાવવામાં આવી છે. જેમાં બધા જ પસંદ કરેલા કુટુંબોના વ્યવસાય માટેનો વિમો નથી. જેનું પ્રમાણ ૧૦૦ ટકા છે.

કોષ્ટક નં.૫.૩

આવકની સ્થિતિ દર્શાવતું કોષ્ટક

ક્રમ	પસંદ કરેલા કુટુંબો	સંખ્યા	આવકની વૃદ્ધિ	આવકની વૃદ્ધિમાં ઘટાડો	આવકની સ્થિરતા	કુલ
૧	કુનબી (ટકા)	૬૭ (૧૦૦)	૩૮ (૫૬.૭૧)	૯ (૧૩.૪૩)	૨૦ (૨૯.૮૬)	૬૭
૨	કુંકણા (ટકા)	૧૧ (૧૦૦)	૬ (૫૪.૫૪)	--	૫ (૪૫.૪૬)	૧૧

૩	કોંકણી (ટકા)	૧૮ (૧૦૦)	૧૩ (૭૨.૨૨)	૧ (૫.૫૬)	૪ (૨૨.૨૨)	૧૮
૪	વારલી (ટકા)	૨૪ (૧૦૦)	૧૫ (૬૨.૫૦)	૩ (૧૨.૫૦)	૬ (૨૫)	૨૪
૫	ગામિત	૧૯ (૧૦૦)	૮ (૪૨.૧૧)	૫ (૨૬.૩૧)	૬ (૩૧.૫૮)	૧૯
૬	ભીલ (ટકા)	૧૩૧ (૧૦૦)	૬૩ (૪૮.૦૯)	૨૫ (૧૯.૦૮)	૪૩ (૩૨.૮૩)	૧૩૧
૭	કુલ (ટકા)	૨૭૦ (૧૦૦)	૧૪૩ (૫૨.૯૭)	૪૩ (૧૫.૯૨)	૮૪ (૩૧.૧૧)	૨૭૦

ટેબલના આધારે વિશ્લેષણ :

કોષ્ટક નં.૫.૩ માં પસંદ કરેલા કુટુંબોની આવકની સ્થિતિ દર્શાવવામાં આવી છે. જેમાં સૌથી વધારે ઉત્તરદાતાઓની આવકમાં વૃદ્ધિ થયેલી જોવા મળે છે. જે ૫૨.૯૭ ટકા છે. આવકની વૃદ્ધિમાં ઘટાડો ૧૫.૯૨ ટકા કુટુંબોમાં જોવા મળે છે.૩૧.૧૧ ટકા કુટુંબોમાં આવકની સ્થિરતા જોવા મળે છે.

કુનબી જ્ઞાતિના આદિવાસી કુટુંબોમાં ૫૬.૭૧ ટકા કુટુંબોમાં આવકની વૃદ્ધિ થયેલી જોવા મળે છે. ૧૩.૪૩ ટકા કુટુંબોમાં આવકની સ્થિરતામાં આવકની વૃદ્ધિમાં ઘટાડો જોવા મળે છે. તેમજ ૨૯.૮૬ ટકા કુટુંબોમાં આવકની સ્થિરતા જોવા મળે છે.

કુંકણા જ્ઞાતિના આદિવાસી કુટુંબોમાં ૫૪.૫૪ ટકા કુટુંબોમાં આવકની વૃદ્ધિમાં વધારો થયેલો જોવા મળે છે. તેમજ ૪૫.૪૬ ટકા કુટુંબોમાં આવકની સ્થિરતા જોવા મળે છે.

કોંકણા જ્ઞાતિના આદિવાસી કુટુંબોમાં ૭૨.૨૨ ટકા કુટુંબોમાં આવકની વૃદ્ધિમા

વધારો થયેલો જોવા મળે છે. ૫.૫૬ ટકા કુટુંબોમાં આવકની વૃદ્ધિમાં ઘટાડો જોવા મળે છે. તેમજ ૨૨.૨૨ ટકા કુટુંબોમાં આવકની સ્થિરતા જોવા મળે છે.

વારલી જ્ઞાતિના આદિવાસી કુટુંબોમાં ૬૨.૫૦ ટકા કુટુંબોમાં આવકની વૃદ્ધિમાં વધારો થયેલો જોવા મળે છે. ૧૨.૫૦ ટકા કુટુંબોમાં આવકની વૃદ્ધિમાં ઘટાડો જોવા મળે છે. તેમજ ૨૫ ટકા કુટુંબોમાં આવકની સ્થિરતા જોવા મળે છે.

ગામિત જ્ઞાતિના આદિવાસી કુટુંબોમાં ૪૨.૧૧ ટકા કુટુંબોમાં આવકની વૃદ્ધિમાં વધારો થયેલો જોવા મળે છે. ૨૬.૩૧ ટકા કુટુંબોમાં આવકની વૃદ્ધિમાં ઘટાડો જોવા મળે છે. તેમજ ૩૧.૫૮ ટકા કુટુંબોમાં આવકની બાબતમાં સ્થિરતા જોવા મળે છે.

ભીલ જ્ઞાતિના આદિવાસી કુટુંબોમાં ૪૮.૦૯ ટકા કુટુંબોમાં આવકની વૃદ્ધિમાં વધારો થયેલો જોવા મળે છે. ૧૯.૦૮ ટકા કુટુંબોમાં આવકની વૃદ્ધિમાં ઘટાડો જોવા મળે છે. તેમજ ૩૨.૮૩ ટકા કુટુંબોમાં આવકની સ્થિરતા જોવા મળે છે.

કોષ્ટક નં.૫.૪

જમીન વિષયક માહિતી દર્શાવતું કોષ્ટક

ક્રમ	પસંદ કરેલા કુટુંબો	સંખ્યા	જમીનની વિગત		કુલ	સરેરાશ જમીન એકરમાં
			પિયત જમીન (એકરમાં)	બિન પિયત જમીન (એકરમાં)		
૧	કુનબી (ટકા)	૬૭	૧૧ (૪.૫૭)	૨૩૦ (૯૫.૪૩)	૨૪૧ (૧૦૦)	૩.૫૯
૨	કુંકણા (ટકા)	૧૧	---	૪૪ (૧૦૦)	૪૪ (૧૦૦)	૪
૩	કોંકણી (ટકા)	૧૮	---	૯૩ (૧૦૦)	૯૩ (૧૦૦)	૫.૧૬
૪	વારલી (ટકા)	૨૪	૧૧ (૯.૪૦)	૧૦૬ (૯૦.૬૦)	૧૧૭ (૧૦૦)	૪.૮૭
૫	ગામિત	૧૯	---	૭૨	૭૨	૩.૭૮

	(ટકા)			(૧૦૦)	(૧૦૦)	
૬	ભીલ (ટકા)	૧૩૧	૬૧ (૧૧.૨૮)	૪૮૦ (૮૮.૭૨)	૫૪૧ (૧૦૦)	૪.૧૨
૭	કુલ (ટકા)	૨૭૦	૮૩ (૭.૫૦)	૧૦૨૫ (૯૨.૫૦)	૧૧૦૮ (૧૦૦)	૪.૧૦

ટેબલના આધારે વિશ્લેષણ :

કોષ્ટક નં.૫.૪માં પસંદ કરેલા ઉત્તરદાતાઓની જમીન વિષયક માહિતી દર્શાવવામાં આવી છે. જેમાં કુલ જમીન ૧૧૦૮ એકર છે. ૭.૫૦ ટકા પિયત જમીન છે. અને ૯૨.૫૦ ટકા બિન પિયત જમીન છે. તેમજ કુલ સરેરાશ જમીનનું પ્રમાણ ૪.૧૦ એકર છે.

કુનબી જ્ઞાતિના આદિવાસી કુટુંબોમાં કુલ જમીનનું પ્રમાણ ૨૪૧ એકર છે. જેમાં ૪.૫૭ ટકા પિયત જમીન છે. અને ૯૫.૪૩ ટકા બિનપિયત જમીન છે. તેમજ સરેરાશ જમીનનું પ્રમાણ ૩.૫૯ એકર છે.

કુંકણા જ્ઞાતિના આદિવાસી કુટુંબોમાં કુલ જમીનનું પ્રમાણ ૪૪ એકર છે અને જે બિન પિયત જમીન છે. તેમજ સરેરાશ જમીનનું પ્રમાણ ૪ એકર છે.

કોંકણી જ્ઞાતિના આદિવાસી કુટુંબોમાં કુલ જમીનનું પ્રમાણ ૯૩ એકર છે અને જે બિનપિયત જમીન છે. તેમજ સરેરાશ જમીનનું પ્રમાણ ૫.૧૬ એકર છે.

વારલી જ્ઞાતિના આદિવાસી કુટુંબોમાં કુલ જમીનનું પ્રમાણ ૧૧૭ એકર છે. જેમાં ૯.૪૦ ટકા પિયત જમીન છે. અને ૯૦.૬૦ ટકા બિનપિયત જમીન છે. તેમજ ૪.૮૭ એકર સરેરાશ જમીનનું પ્રમાણ છે.

ગામિત જ્ઞાતિના આદિવાસી કુટુંબોમાં કુલ જમીનનું પ્રમાણ ૭૨ એકર છે અને જે બિનપિયત જમીન છે. તેમજ સરેરાશ જમીનનું પ્રમાણ ૩.૭૮ એકર છે.

ભીલ જ્ઞાતિના આદિવાસી કુટુંબોમાં કુલ જમીનનું પ્રમાણ ૫૪૧ એકર છે. જેમાં પિયત જમીન ૧૧.૨૮ ટકા છે. અને બિનપિયત જમીન ૮૮.૭૨ ટકા છે. તેમજ સરેરાશ જમીનનું પ્રમાણ ૪.૧૨ એકર છે.

કોષ્ટક નં.૫.૫

રોકાણની માહિતી દર્શાવતું કોષ્ટક

ક્રમ	પસંદ કરેલા કુટુંબો	સંખ્યા	કયા ક્ષેત્રમાં રોકાણ કરો છો ?					
			જમીન	ઘરેણાં (સોનું,ચાંદી)	બેંક	વીમો	અન્ય	રોકાણ નહિ કરનાર
૧	કુનબી (ટકા)	૬૭ (૧૦૦)	૧૧ (૧૬.૪૧)	૨ (૨.૯૯)	૪૪ (૬૫.૬૭)	૧૩ (૧૯.૪૦)	૫૮ (૮૬.૫૭)	૩ (૪.૪૮)
૨	કુંકણા (ટકા)	૧૧ (૧૦૦)	૩ (૨૭.૨૮)	--	૬ (૫૪.૫૪)	--	૯ (૮૧.૮૧)	--
૩	કોંકણી (ટકા)	૧૮ (૧૦૦)	૪ (૨૨.૨૨)	--	૧૧ (૬૧.૧૧)	૧ (૫.૫૬)	૧ (૫.૫૬)	--
૪	વારલી (ટકા)	૨૪ (૧૦૦)	૭ (૨૯.૧૭)	--	૨૦ (૮૩.૩૩)	૯ (૩૭.૫૦)	૧ (૪.૧૭)	--
૫	ગામિત (ટકા)	૧૯ (૧૦૦)	૫ (૨૬.૩૧)	--	૧૨ (૬૩.૧૬)	૪ (૨૧.૦૬)	૪ (૨૧.૦૬)	૧ (૫.૨૭)
૬	ભીલ (ટકા)	૧૩૧ (૧૦૦)	૧૪ (૧૦.૬૯)	--	૭૪ (૫૬.૪૯)	૧૪ (૧૦.૬૯)	૧૧૨ (૮૫.૫૦)	૧૧ (૮.૪૦)
૭	કુલ (ટકા)	૨૭૦ (૧૦૦)	૪૪ (૧૬.૩૦)	૨ (૦.૭૪)	૧૬૭ (૬૧.૮૬)	૪૧ (૧૫.૧૯)	૧૫૦ (૫૫.૫૬)	૧૫ (૫.૫૬)

ટેબલના આધારે વિશ્લેષણ :

કોષ્ટક નં.૫.૫માં પસંદ કરેલા કુટુંબોની રોકાણની માહિતી દર્શાવવામાં આવી છે. જેમા પસંદ કરેલા કુલ ૨૭૦ ઉત્તરદાતાઓ જુદાં જુદાં ક્ષેત્રમાં રોકાણ કરે છે. જેમાં કુલ કુટુંબોમાંથી ૧૬.૩૦ ટકા કુટુંબો જમીન પાછળ રોકાણ કરે છે. કુલ કુટુંબોમાંથી ૦.૭૪ ટકા ઘરેણાંમાં રોકાણ કરે છે. કુલ કુટુંબોમાંથી ૬૧.૮૬ ટકા કુટુંબો બેંકમાં રોકાણ કરે છે. ૧૫.૧૯ ટકા કુટુંબો વીમામાં રોકાણ કરે છે. અન્ય રોકાણ કરનારા કુટુંબોનું પ્રમાણ ૫૫.૫૬ ટકા છે. તેમજ કુલ કુટુંબોમાંથી ૫.૫૬ કુટુંબો રોકાણ કરતા નથી.

કુનબી જ્ઞાતિના આદિવાસી કુટુંબોમાં કુલ કુટુંબોમાંથી ૧૬.૪૧ ટકા કુટુંબો જમીનમાં રોકાણ કરે છે. ૨.૯૯ ટકા કુટુંબો ઘરેણાં (સોનું, ચાંદી)માં રોકાણ કરે છે. ૬૫.૬૭ ટકા કુટુંબો બેંકમાં રોકાણ કરે છે. ૧૯.૪૦ ટકા કુટુંબો વીમામાં રોકાણ કરે છે. ૮૬.૫૭ ટકા કુટુંબો અન્ય રોકાણ કરે છે. તેમજ ૪.૪૮ ટકા કુટુંબો રોકાણ કરતા નથી.

કુંકણા જ્ઞાતિના આદિવાસી કુટુંબોમાં કુલ કુટુંબોમાંથી ૨૭.૨૮ ટકા કુટુંબો જમીનમાં રોકાણ કરે છે. ૫૪.૫૪ ટકા કુટુંબો બેંકમાં રોકાણ કરે છે. ૮૧.૮૧ ટકા કુટુંબો અન્ય રોકાણ કરે છે.

કોંકણી જ્ઞાતિના આદિવાસી કુટુંબોમાં કુલ કુટુંબોમાંથી ૨૨.૨૨ ટકા કુટુંબો જમીનમાં રોકાણ કરે છે. ૬૧.૧૧ ટકા કુટુંબો બેંકમાં રોકાણ કરે છે. ૫.૫૬ ટકા કુટુંબો વીમામાં રોકાણ કરે છે. તેમજ કુલ કુટુંબોમાંથી ૫.૫૬ ટકા કુટુંબો અન્ય રોકાણ કરે છે.

વારલી જ્ઞાતિના આદિવાસી કુટુંબોમાં કુલ કુટુંબોમાંથી ૨૯.૧૭ ટકા કુટુંબો જમીનમાં રોકાણ કરે છે. ૮૩.૩૩ ટકા કુટુંબો બેંકમાં રોકાણ કરે છે. ૩૭.૫૦ ટકા કુટુંબો વીમોમાં રોકાણ કરે છે. ૪.૧૭ ટકા કુટુંબો અન્ય રોકાણ કરે છે.

ગામિત જ્ઞાતિના આદિવાસી કુટુંબોમાં કુલ કુટુંબોમાંથી ૨૬.૩૧ ટકા કુટુંબો જમીનમાં રોકાણ કરે છે. ૬૩.૧૬ ટકા કુટુંબો બેંકમાં રોકાણ કરે છે. ૨૧.૦૬ ટકા કુટુંબો વીમામાં રોકાણ કરે છે. ૨૧.૦૬ ટકા કુટુંબો અન્ય રોકાણ કરે છે. તેમજ ૫.૨૭ ટકા કુટુંબો રોકાણ કરતા નથી.

ભીલ જ્ઞાતિના આદિવાસી કુટુંબોમાં કુલ કુટુંબોમાંથી ૧૦.૬૯ ટકા કુટુંબો જમીનમાં રોકાણ કરે છે. ૫૬.૪૯ ટકા કુટુંબો બેંકમાં રોકાણ કરે છે. ૧૦.૬૯ ટકા કુટુંબો વીમામાં રોકાણ કરે છે. ૮૫.૫૦ ટકા કુટુંબોમાંથી અન્ય રોકાણ કરે છે. તેમજ કુલ કુટુંબોમાંથી ૮.૪૦ ટકા કુટુંબો રોકાણ કરતા નથી.

કોષ્ટક નં.૫.૬
લોનની માહિતી દર્શાવતું કોષ્ટક

ક્રમ	પસંદ કરેલા કુટુંબો	સંખ્યા	લોનની વિગત		શેના માટે લોન ? (રૂા.માં)					કુલ
			હા	ના	સામાજિક પ્રસંગ	વ્યવસાય	બિમારી	શિક્ષણ	ભૌગોલિક	
૧	કુનબી (ટકા)	૬૭ (૧૦૦)	૬ (૮.૯૬)	૬૧ (૯૧.૦૪)	--	૧,૧૫,૦૦૦	--	--	--	૧,૧૫,૦૦૦
૨	કુંકણા (ટકા)	૧૧ (૧૦૦)	૧ (૯.૧૦)	૧૧ (૯૦.૯૦)	--	૧૬,૦૦૦	--	--	--	૧૬,૦૦૦
૩	કોંકણી (ટકા)	૧૮ (૧૦૦)	૩ (૧૬.૬૭)	૧૫ (૮૩.૩૩)	૨૦,૦૦૦	૫૦,૦૦૦	--	--	--	૭૦,૦૦૦
૪	વારલી (ટકા)	૨૪ (૧૦૦)	૪ (૧૬.૬૭)	૨૦ (૮૩.૩૩)	--	૭૬,૦૦૦	--	--	--	૭૬,૦૦૦
૫	ગામિત (ટકા)	૧૯ (૧૦૦)	૩ (૧૫.૭૯)	૧૬ (૮૪.૨૧)	--	૩૫,૦૦૦	--	૪૫,૦૦૦	--	૮૦,૦૦૦
૬	ભીલ (ટકા)	૧૩૧ (૧૦૦)	૧૩ (૯.૯૨)	૧૧૮ (૯૦.૦૮)	૧૫,૦૦૦	૩,૦૦,૦૦૦	--	--	--	૩,૧૫,૦૦૦
૭	કુલ (ટકા)	૨૭૦ (૧૦૦)	૩૦ (૧૧.૧૧)	૨૪૦ (૮૮.૮૯)	૩૫,૦૦૦	૫૯,૨૦૦૦	--	૪૫,૦૦૦	--	૬૭,૨૦૦૦

ટેબલના આધારે વિશ્લેષણ :

કોષ્ટક નં.૫.૬માં પસંદ કરેલા કુટુંબોની લોન વિષયક માહિતી દર્શાવવામાં આવી છે. જેમાં કુલ કુટુંબોમાંથી ૧૧.૧૧ ટકા કુટુંબોએ લોન લીધેલ છે. અને ૮૮.૮૯ ટકા કુટુંબોએ લોન લીધેલ નથી. જેમાં સામાજિક પ્રસંગ માટે રૂા.૩૫,૦૦૦/- ની લોન લીધેલ છે. વ્યવસાય માટે રૂા.૫૯,૨૦૦૦/- ની લોન લીધેલ છે. શિક્ષણ માટે રૂા.૪૫,૦૦૦/- ની લોન લીધેલ છે. આમ કુલ લોન રૂા.૬૭,૨૦૦૦/- લોન લીધેલ છે.

કુનબી જ્ઞાતિના આદિવાસી કુટુંબોમાં ૮.૯૬ ટકા કુટુંબોએ લોન લીધેલ છે. ૯૧.૦૪ ટકા કુટુંબોએ લોન લીધેલ નથી. તેમજ વ્યવસાય માટે રૂા.૧,૧૫,૦૦૦/- ની લોન લીધેલ છે.

કુંકણા જ્ઞાતિના આદિવાસી કુટુંબોમાં ૯.૧૦ ટકા કુટુંબોએ લોન લીધેલ છે. ૯૦.૯૦ ટકા કુટુંબોએ લોન લીધેલ નથી. તેમજ વ્યવસાય માટે રૂા.૧૬,૦૦૦/- ની લોન લીધેલ છે.

કોંકણી જ્ઞાતિના આદિવાસી કુટુંબોમાં ૧૬.૬૭ ટકા કુટુંબોએ લોન લીધેલ છે. ૮૩.૩૩ ટકા કુટુંબોએ લોન લીધેલ નથી. સમાજિક પ્રસંગ માટે રૂા.૨૦,૦૦૦/- ની લોન લીધેલ છે.તેમજ વ્યવસાય માટે રૂા.૫૦,૦૦૦/- ની લોન લીધેલ છે.

વારલી જ્ઞાતિના આદિવાસી કુટુંબોમાં ૧૬.૬૭ ટકા કુટુંબોએ લોન લીધેલ છે. ૮૩.૩૩ ટકા કુટુંબોએ લોન લીધેલ નથી. તેમજ વ્યવસાય માટે લોન રૂા.૭૬,૦૦૦/- ની લીધેલ છે.

ગામતિ જ્ઞાતિના આદિવાસી કુટુંબોમાં ૧૫.૭૯ ટકા કુટુંબોએ લોન લીધેલ છે. ૮૪.૨૧ ટકા કુટુંબોએ લોન લીધેલ નથી. આ લોન વ્યવસાય માટે રૂા.૩૫,૦૦૦/- ની લીધેલ છે. તેમજ શિક્ષણ માટે રૂા.૪૫,૦૦૦/- ની લોન લીધેલ છે.

ભીલ જ્ઞાતિના આદિવાસી કુટુંબોમાં ૯.૯૨ ટકા કુટુંબોએ લોન લીધેલ છે. ૯૦.૦૮ ટકા કુટુંબોએ લોન લીધેલ નથી. જેમાં સામાજિક પ્રસંગ માટે રૂા.૧૫,૦૦૦/- લોન લીધેલ છે. તેમજ વ્યવસાય માટે રૂા.૩,૦૦,૦૦૦/- ની લોન લીધેલ છે.

કોષ્ટક નં.૫.૭

લોન આપનારની માહિતી દર્શાવતું કોષ્ટક

ક્રમ	પસંદ કરેલા કુટુંબો	સંખ્યા	લોન કોની પાસેથી લીધેલ ?				કુલ
			બેંક	શાહુકાર	સગા સંબંધી	અન્ય	
૧	કુનબી (ટકા)	૬૭	૪ (૬૬.૬૭)	૧ (૧૬.૬૭)	૧ (૧૬.૬૭)	--	૬ (૧૦૦)
૨	કુંકણા (ટકા)	૧૧	--	--	૧ (૧૦૦)	--	૧ (૧૦૦)

૩	કોંકણી (ટકા)	૧૮	૧ (૩૩.૩૩)	--	૨ (૬૬.૬૭)	--	૩ (૧૦૦)
૪	વારલી (ટકા)	૨૪	૩ (૭૫)	--	૧ (૨૫)	--	૪ (૧૦૦)
૫	ગામિત (ટકા)	૧૯	૨ (૬૬.૬૭)	--	૧ (૩૩.૩૩)	--	૩ (૧૦૦)
૬	ભીલ (ટકા)	૧૩૧	૨ (૧૫.૩૯)	--	૧૧ (૮૪.૬૧)	--	૧૩ (૧૦૦)
૭	કુલ (ટકા)	૨૭૦	૧૨ (૪૦)	૧ (૩.૩૩)	૧૭ (૫૬.૬૭)	--	૩૦ (૧૦૦)

ટેબલના આધારે વિશ્લેષણ :

કોષ્ટક નં.૫.૭ માં કુટુંબોને લોન આપનારની માહિતી દર્શાવવામાં આવી છે. જેમાં કુલ ૨૭૦ કુટુંબોમાંથી ૩૦ કુટુંબોએ લોન લીધેલ છે. જેમાં ૪૦ ટકા કુટુંબોએ બેંકમાંથી લોન લીધેલ છે. ૩.૩૩ ટકા કુટુંબોએ શાહુકાર પાસેથી લોન લીધેલ છે. ૫૬.૬૭ ટકા કુટુંબોએ સગાસંબધી પાસેથી લોન લીધેલ છે.

કુનબી જ્ઞાતિના આદિવાસી કુટુંબોમાં કુલ ૬ કુટુંબોએ લોન લીધેલ છે. જેમાં ૬૬.૬૭ ટકા કુટુંબોએ બેંકમાંથી લોન લીધેલ છે. ૧૬.૬૭ ટકા કુટુંબોએ શાહુકાર પાસેથી લોન લીધેલ છે. તેમજ ૧૬.૬૬ ટકા કુટુંબોએ સગાસંબંધી પાસેથી લોન લીધેલ છે.

કુંકણા જ્ઞાતિના આદિવાસી કુટુંબોમાં કુલ ૧ જ ઉત્તરદાતાએ લોન લીધેલ છે. જેનું પ્રમાણ ૧૦૦ ટકા છે. જે સગાસંબંધી પાસેથી લોન લીધેલ છે.

કોંકણી જ્ઞાતિના આદિવાસી કુટુંબોમાં કુલ ૩ ઉત્તરદાતાઓએ લોન લીધેલ છે.

જેમાં ૩૩.૩૩ ટકા કુટુંબોએ બેંકમાંથી લોન લીધેલ છે. ૬૬.૬૭ ટકા કુટુંબોએ સગાસંબંધી પાસેથી લોન લીધેલ છે.

વારલી જ્ઞાતિના આદિવાસી કુટુંબોમાં કુલ ૪ કુટુંબોએ લોન લીધેલી છે. જેમાં ૭૫ ટકા કુટુંબોએ બેંક પાસેથી લોન લીધેલી છે. તેમજ ૨૫ ટકા કુટુંબોએ સગાસંબંધી પાસેથી લોન લીધેલી છે.

ગામીત જ્ઞાતિના આદિવાસી કુટુંબોમાં કુલ ૩ ઉત્તરદાતાઓએ લોન લીધેલી છે. જેમાં ૬૬.૬૭ ટકા કુટુંબોએ બેંકમાંથી લોન લીધેલી છે.તેમજ ૩૩.૩૩ ટકા કુટુંબોએ સગાસંબંધીઓ પાસેથી લોન લીધેલી છે.

ભીલ જ્ઞાતિના આદિવાસી કુટુંબોમાં કુલ ૧૩ ઉત્તરદાતાઓએ લોન લીધેલી છે. જેમા ૪૦ ટકા કુટુંબોએ બેંકમાંથી લોન લીધેલી છે. તેમજ ૮૪.૬૧ ટકા કુટુંબોએ સગાસંબંધી પાસેથી લોન લીધેલી છે.

કોષ્ટક નં.૫.૮
દેવું વિષયક માહિતી દર્શાવતું કોષ્ટક

ક્રમ	પસંદ કરેલા કુટુંબો	સંખ્યા	દેવુ છે ?		દેવુ કેટલું છે ? (રૂા.માં)			
			હા	ના	૨૫,૦૦૦થી વધુ	૨૫,૦૦૦ થી ૫૦,૦૦૦	૫૦,૦૦૦ થી ૧,૦૦,૦૦૦	૧,૦૦,૦૦૦
૧	કુનબી (ટકા)	૬ (૧૦૦)	૬ (૧૦૦)	--	૬ (૧૦૦)	--	--	--
૨	કુંકણા (ટકા)	૧ (૧૦૦)	૧ (૧૦૦)	--	૧ (૧૦૦)	--	--	--
૩	કોંકણી (ટકા)	૩ (૧૦૦)	૩ (૧૦૦)	--	૩ (૧૦૦)	--	--	--
૪	વારલી (ટકા)	૪ (૧૦૦)	૨ (૫૦)	૨ (૫૦)	૨ (૫૦)	--	--	--
૫	ગામિત (ટકા)	૩ (૧૦૦)	૨ (૬૬.૬૭)	૧ (૩૩.૩૩)	૨ (૬૬.૬૭)	--	--	--

૬	ભીલ (ટકા)	૧૩ (૧૦૦)	૯ (૬૯.૨૩)	૪ (૩૦.૭૭)	૮ (૬૧.૫૩)	--	૧ (૭.૬૯)	--
૭	કુલ (ટકા)	૩૦ (૧૦૦)	૨૩ (૭૬.૬૭)	૭ (૨૩.૩૩)	૨૨ (૭૩.૩૩)	--	૧ (૩.૩૩)	--

ટેબલના આધારે વિશ્લેષણ :

કોષ્ટક નં.૫.૮ માં પસંદ કરેલા કુટુંબોમાંથી લોન લીધેલ કુટુંબોના દેવું વિષયક માહિતી દર્શાવવામાં આવી છે. જેમા કુલ ૩૦ કુટુંબોએ લોન લીધેલી છે. જેમા ૨૩ (૭૬.૬૭) ટકા કુટુંબોના માથે દેવું છે. તેમજ ૨૩.૩૩ ટકા કુટુંબોના માથે દેવુ નથી. જેમાં ૭૩.૩૩ ટકા કુટુંબો પાસે રૂા.૨૫૦૦૦થી ઓછું દેવું છે. તેમજ ૩.૩૩ ટકા કુટુંબો પાસે રૂા.૫૦,૦૦૦/- થી રૂા.૧,૦૦,૦૦૦/- ની વચ્ચે દેવું છે.

કુનબી જ્ઞાતિના આદિવાસી કુટુંબોમાંથી કુલ ૬ ઉત્તરદાતાઓ પાસે દેવું છે. જેમાં ૧૦૦ ટકા કુટુંબો પાસે રૂા.૨૫,૦૦૦/- થી ઓછું દેવું છે.

કુંકણા જ્ઞાતિના આદિવાસી કુટુંબોમાં કુલ ૧ ઉત્તરદાતા પાસે દેવું છે. જેમા ૧૦૦ ટકા કુટુંબો પાસે રૂા. ૨૫,૦૦૦/- ઓછુ દેવું છે.

કોંકણી જ્ઞાતિના આદિવાસી કુટુંબોમાં કુલ ૩ ઉત્તરદાતાઓ પાસે દેવું છે. જેમાં ૧૦૦ ટકા કુટુંબો પાસે રૂા.૨૫,૦૦૦/- થી ઓછું દેવું છે.

વારલી જ્ઞાતિના આદિવાસી કુટુંબોમાં કુલ ૨ ઉત્તરદાતા પાસે દેવું છે. જેનું પ્રમાણ ૫૦ ટકા છે. તેમજ ૫૦ ટકા કુટુંબો પાસે રૂા.૨૫,૦૦૦/- થી ઓછું દેવું છે.

ગામિત જ્ઞાતિના આદિવાસી કુટુંબોમાં કુલ ૨ ઉત્તરદાતા પાસે દેવું છે. જેનું પ્રમાણ ૬૬.૬૭ ટકા તેમજ ૬૬.૬૭ ટકા કુટુંબો પાસે રૂા.૨૫,૦૦૦/- થી ઓછું દેવું છે.

ભીલ જ્ઞાતિના આદિવાસી કુટુંબોમાં કુલ ૯ ઉત્તરદાતાઓ પાસે દેવું છે. જેનું પ્રમાણ ૬૯.૨૩ ટકા છે. ૩૦.૭૭ ટકા કુટુંબો પાસે દેવું નથી. જેમાં ૬૧.૫૩ ટકા કુટુંબો પાસે રૂા.૨૫,૦૦૦/- થી ઓછું દેવું છે. તેમજ ૭.૬૯ ટકા કુટુંબો પાસે રૂા.૫૦,૦૦૦/- થી ૧,૦૦,૦૦૦/- થી ઓછું દેવું છે.

૫.૨ સામાજિક અને સાંસ્કૃતિક પરિસ્થિતિ વિષયક માહિતીઃ

ઉત્તરદાતાઓની શૈક્ષણિક માહિતીનું વર્ગીકરણ કર્યાબાદ આ વિભાગમાં સામાજિક અને સાંસ્કૃતિક પરિસ્થિતિઓની માહિતી દર્શાવેલ છે. જેમાં મુખ્યત્વે છોકરા-છોકરીની લગ્નની વય, છોકરા-છોકરીની જીવન સાથી પસંદગીમાં કઈ બાબત ધ્યાનમાં રાખવી, પોષાક, બાળકનું નામકરણ, બાળકના જન્મની બધી જ ધાર્મિક વિધિઓ, સગપણ નક્કી કરવાની વિધિ, લગ્ન કરવાની વિધિ, મૃતદેહની અંતિમ ક્રિયા સમયે, તેમજ કુટુંબમાં બલિ આપવાની પ્રથા વગેરે જેવાં સામાજિક અને સાંસ્કૃતિક પાંસાને લગતા પ્રશ્નોનું વિશ્લેષણ કરવામાં આવ્યું છે.

કોષ્ટક નં.૫.૨.૧

છોકરાના લગ્ન વિષયક માહિતી દર્શાવતું કોષ્ટક

ક્રમ	પસંદ કરેલા કુટુંબો	સંખ્યા	લગ્નની ઉંમર			કુલ
			૧૮ થી નાની વયે	૧૮ થી ૨૧ વર્ષે	૨૨ થી વધુ વર્ષે	
૧	કુનબી (ટકા)	૬૭ (૧૦૦)	૧૪ (૨૦.૯૦)	૨૭ (૪૦.૩૦)	૨૬ (૩૮.૮૦)	૬૭
૨	કુંકણા (ટકા)	૧૧ (૧૦૦)	૩ (૨૭.૨૮)	૭ (૬૩.૬૩)	૧ (૯.૦૯)	૧૧
૩	કોંકણી (ટકા)	૧૮ (૧૦૦)	૩ (૧૬.૬૭)	૧૪ (૭૭.૭૮)	૧ (૫.૫૫)	૧૮
૪	વારલી (ટકા)	૨૪ (૧૦૦)	૧૦ (૪૧.૬૭)	૧૧ (૪૫.૮૩)	૩ (૧૨.૫૦)	૨૪
૫	ગામિત (ટકા)	૧૯ (૧૦૦)	૩ (૧૫.૭૯)	૧૨ (૬૩.૧૫)	૪ (૨૧.૦૬)	૧૯
૬	ભીલ	૧૩૧	૮૫	૩૩	૧૩	૧૩૧

	(ટકા)	(૧૦૦)	(૬૪.૮૯)	(૨૫.૧૯)	(૯.૯૨)	
૭	કુલ (ટકા)	૨૭૦ (૧૦૦)	૧૧૮ (૪૩.૭૦)	૧૦૪ (૩૮.૫૨)	૪૮ (૧૭.૭૮)	૨૭૦

ટેબલના આધારે વિશ્લેષણ :

કોષ્ટક નં.૫.૨.૧માં છોકરાના લગ્નની ઉંમર વિષયક માહિતી દર્શાવવામાં આવી છે. જેમાં કુલ ૪૩.૭૦ ટકા કુટુંબોમાં ૧૮ થી નાની વયે છોકરાના લગ્ન કરવામાં આવે છે. ૩૮.૫૨ ટકા કુટુંબો ૧૮ થી ૨૧ વર્ષે છોકરાંના લગ્ન કરે છે. ૧૭.૭૮ ટકા કુટુંબો ૨૨ થી વધુ વર્ષે છોકરાંના લગ્ન કરે છે.

કુનબી જ્ઞાતિના આદિવાસી કુટુંબોમાં સૌથી વધારે કુટુંબો છોકરાના લગ્ન ૧૮ થી ૨૧ વર્ષની વયે કરે છે. જે ૪૦.૩૦ ટકા છે. ત્યાર પછી ૨૧ થી વધુ વર્ષે જે ૩૮.૮૦ ટકા છે. અને ૧૮ થી નાની વયે ૨૦.૯૦ ટકા કુટુંબો છોકરાના લગ્ન કરે છે.

કુંકણા જ્ઞાતિના આદિવાસી કુટુંબોમાં સૌથી વધારે કુટુંબો છોકરાના લગ્ન ૧૮ થી ૨૧ વર્ષની વયે કરે છે. જે ૬૩.૬૩ ટકા છે. ત્યાર પછી ૨૧ થી વધુ વર્ષે જે ૯.૦૯ ટકા છે. અને ૧૮ થી નાની વયે ૨૭.૨૮ ટકા કુટુંબો છોકરાના લગ્ન કરે છે.

કોંકણી જ્ઞાતિના આદિવાસી કુટુંબોમાં સૌથી વધારે કુટુંબો છોકરાના લગ્ન ૧૮ થી ૨૧ વર્ષની વયે કરે છે. જે ૭૭.૭૮ ટકા છે. ૧૮ થી નાની વયે ૧૬.૬૭ ટકા કુટુંબો છોકરાના લગ્ન કરે છે.ત્યાર પછી ૨૧ થી વધુ ઉંમરે લગ્ન કરે છે. જે ૫.૫૫ ટકા છે.

વારલી જ્ઞાતિના આદિવાસી કુટુંબોમાં સૌથી વધારે કુટુંબો છોકરાના લગ્ન ૧૮ થી ૨૧ વર્ષની વયે કરે છે. જે ૬૩.૧૫ ટકા છે. ત્યાર પછી ૨૧ થી વધુ ઉંમરે લગ્ન કરનાર કુટુંબોનું પ્રમાણ ૨૧.૦૬ ટકા છે. ૧૮ થી નાની વયે છોકરાના લગ્ન કરાવનાર કુટુંબોનું પ્રમાણ ૧૫.૭૯ ટકા છે.

ભીલ જ્ઞાતિના આદિવાસી કુટુંબોમાં સૌથી વધારે કુટુંબો છોકરાના લગ્ન ૧૮ થી

નાની વયે કરે છે. જે ६४.८૯ ટકા છે. ૧૮ થી ૨૧ વર્ષની વયે છોકરાના લગ્ન કરાવનાર કુટુંબોનું પ્રમાણ ૨૫.૧૯ ટકા છે. ૨૨થી વધુ વર્ષે લગ્ન કરનાર કુટુંબોનું પ્રમાણ ૯.૯૨ ટકા છે.

કોષ્ટક નં.૫.૨.૨

છોકરીના લગ્ન વિષયક માહિતી દર્શાવતું કોષ્ટક

ક્રમ	પસંદ કરેલા કુટુંબો	સંખ્યા	લગ્નની ઉંમર			કુલ
			૧૮ થી નાની વયે	૧૮ થી ૨૧ વર્ષે	૨૨ થી વધુ વર્ષે	
૧	કુનબી (ટકા)	६૭ (૧૦૦)	૧૩ (૧૯.૪૦)	૨૭ (૪૦.૩૦)	૨૭ (૪૦.૩૦)	६૭
૨	કુંકણા (ટકા)	૧૧ (૧૦૦)	૩ (૨૭.૨૮)	૭ (६૩.६૩)	૧ (૯.૦૯)	૧૧
૩	કોંકણી (ટકા)	૧૮ (૧૦૦)	૩ (૧६.६૭)	૧૪ (૭૭.૭૮)	૧ (૫.૫૫)	૧૮
૪	વારલી (ટકા)	૨૪ (૧૦૦)	૧૦ (૪૧.६૭)	૧૧ (૪૫.૮૩)	૩ (૧૨.૫૦)	૨૪
૫	ગામિત (ટકા)	૧૯ (૧૦૦)	૩ (૧૫.૭૯)	૧૨ (६૩.૧૫)	૪ (૨૧.૦६)	૧૯
६	ભીલ (ટકા)	૧૩૧ (૧૦૦)	૮૭ (६६.૪૧)	૩૫ (૨६.૭૧)	૯ (६.૮૮)	૧૩૧
૭	કુલ (ટકા)	૨૭૦ (૧૦૦)	૧૧૯ (૪૪.૦૯)	૧૦६ (૩૯.૨૫)	૪૫ (૧६.६६)	૨૭૦

ટેબલના આધારે વિશ્લેષણ :

કોષ્ટક નં.૫.૨.૨માં છોકરીના લગ્નની ઉંમર વિષયક માહિતી દર્શાવવામાં આવી છે. જેમાં સૌથી વધારે કુટુંબો છોકરીના લગ્ન ૧૮ થી નાની વયે કરે છે.જે ૪૪.૦૯ ટકા છે. ૧૮ થી ૨૧ વર્ષની વયે છોકરીના લગ્ન કરાવનાર કુટુંબોનું પ્રમાણ ૩૯.૨૫ ટકા છે. તેમજ ૨૨ થી વધુ વર્ષની વયે છોકરીના લગ્ન કરાવનાર કુટુંબનું પ્રમાણ ૧૬.૬૬ ટકા છે.

કુનબી જ્ઞાતિના આદિવાસી કુટુંબોમાં સૌથી વધારે કુટુંબો છોકરીના લગ્ન ૧૮ થી ૨૧ વર્ષની વયે કરે છે. જે ૪૦.૩૦ ટકા છે. ૨૨ થી વધુ વર્ષની વયે છોકરીના લગ્ન કરાવનાર કુટુંબોનું પ્રમાણ ૪૦.૩૦ ટકા છે. ૧૮ થી નાની વયે છોકરીના લગ્ન કરાવનાર કુટુંબોનું પ્રમાણ ૧૯.૪૦ ટકા છે.

કુંકણા જ્ઞાતિના આદિવાસી કુટુંબોમાં સૌથી વધારે કુટુંબો છોકરીના લગ્ન ૧૮ થી ૨૧ વર્ષની વયે કરે છે. જે ૬૩.૬૩ ટકા છે. ૧૮ થી નાની વયે છોકરીના લગ્ન કરાવનાર કુટુંબોનું પ્રમાણ ૨.૨૮ ટકા છે. ૨૨ થી વધુ વર્ષની વયે છોકરીના લગ્ન કરાવનાર કુટુંબોનું પ્રમાણ ૯.૦૯ ટકા છે.

કોંકણી જ્ઞાતિના આદિવાસી કુટુંબોમાં સૌથી વધારે કુટુંબો છોકરીના લગ્ન ૧૮ થી ૨૧ વર્ષની વયે કરે છે. જે ૭૭.૭૮ ટકા છે. ૧૮ થી નાની વયે છોકરીના લગ્ન કરાવનાર કુટુંબોનું પ્રમાણ ૧૬.૬૭ ટકા છે. ૨૨ થી વધુ વર્ષની વયે છોકરીના લગ્ન કરાવનાર કુટુંબોનું પ્રમાણ ૫.૫૫ ટકા છે.

વારલી જ્ઞાતિના આદિવાસી કુટુંબોમાં સૌથી વધારે કુટુંબો છોકરીના લગ્ન ૧૮ થી ૨૧ વર્ષની વયે કરે છે. જે ૪૫.૮૩ ટકા છે. ૧૮ થી નાની વયે છોકરીના લગ્ન કરાવનાર કુટુંબોનું પ્રમાણ ૪૧.૬૭ ટકા છે. ૨૨ થી વધુ વર્ષની વયે છોકરીના લગ્ન કરાવનાર કુટુંબોનું પ્રમાણ ૧૨.૫૦ ટકા છે.

ગામિત જ્ઞાતિના આદિવાસી કુટુંબોમાં સૌથી વધારે કુટુંબો છોકરીના લગ્ન ૧૮ થી ૨૧ વર્ષની વયે કરે છે. જે ૬૩.૧૫ ટકા છે. ત્યારબાદ ૨૨ થી વધુ વર્ષની વયે છોકરીના

લગ્ન કરાવનાર કુટુંબોનું પ્રમાણ ૨૧.૦૬ ટકા છે.૧૮ થી નાની વયે છોકરીના લગ્ન કરાવનાર કુટુંબોનું પ્રમાણ ૧૫.૭૯ ટકા છે.

વારલી જ્ઞાતિના આદિવાસી કુટુંબોમાં સૌથી વધારે કુટુંબો છોકરીના લગ્ન ૧૮ થી નાની વયે કરાવે છે. જેનું પ્રમાણ ૬૬.૪૧ ટકા છે. ૧૮ થી ૨૧ વર્ષની વયે છોકરીના લગ્ન કરાવનાર કુટુંબોનું પ્રમાણ ૨૬.૭૧ ટકા છે. તેમજ ૨૨ થી વધુ વર્ષની વયે છોકરીના લગ્ન કરાવનાર કુટુંબોનું પ્રમાણ ૬.૮૮ ટકા છે.

કોષ્ટક નં.૫.૨.૩

છોકરાના જીવન સાથી પંસદગી વિષયક માહિતી દર્શાવતું કોષ્ટક

ક્રમ	પસંદ કરેલા કુટુંબો	સંખ્યા	જીવન સાથી પસંદગીમાં ધ્યાનમાં રાખવાની બાબત					
			આર્થિક સદ્ધરતા	સુંદરતા/દેખાવ	ચારિત્રતા	ઉંમર	શિક્ષણ	અન્ય
૧	કુનબી (ટકા)	૬૭	૩૪ (૫૦.૭૪)	૩૯ (૫૮.૨૦)	૬૭ (૧૦૦)	૬૪ (૯૫.૫૨)	૫૨ (૭૭.૬૧)	૬ (૮.૯૬)
૨	કુંકણા (ટકા)	૧૧	૧૧ (૧૦૦)	૮ (૭૨.૭૨)	૧૧ (૧૦૦)	૧૧ (૧૦૦)	૯ (૮૧.૮૧)	--
૩	કોંકણી (ટકા)	૧૮	૧૭ (૯૪.૪૪)	૧૭ (૯૪.૪૪)	૧૮ (૧૦૦)	૧૭ (૯૪.૪૪)	૬ (૩૩.૩૩)	--
૪	વારલી (ટકા)	૨૪	૧૯ (૭૯.૧૭)	૨૧ (૮૭.૫૦)	૨૪ (૧૦૦)	૨૪ (૧૦૦)	૧૦ (૪૧.૬૭)	--
૫	ગામિત (ટકા)	૧૯	૧૯ (૧૦૦)	૧૧ (૫૭.૯૦)	૧૮ (૯૪.૭૩)	૧૯ (૧૦૦)	૧૩ (૬૮.૪૨)	--
૬	ભીલ (ટકા)	૧૩૧	૧૦૫ (૮૦.૧૬)	૧૨૧ (૯૨.૩૭)	૧૩૧ (૧૦૦)	૧૩૧ (૧૦૦)	૩૦ (૨૨.૯૦)	૧૬ (૧૨.૨૧)
૭	કુલ (ટકા)	૨૭૦	૨૦૫ (૭૫.૯૨)	૨૧૭ (૮૦.૩૮)	૨૬૯ (૯૯.૬૨)	૨૬૬ (૯૮.૫૧)	૧૧૮ (૪૩.૭૦)	૨૨ (૮.૧૪)

ટેબલના આધારે વિશ્લેષણ :

કોષ્ટક નં.૫.૨.૩માં પસંદ કરેલા કુટુંબોમાં છોકરાના જીવન સાથી પસંદગીની ધ્યાનમાં રાખવાની બાબતો દર્શાવવામાં આવી છે. જેમાં છોકરાના જીવન સાથી પસંદગી

માટે કુલ કુટુંબોમાં આર્થિક સદ્ધરતાને ધ્યાનમાં રાખનાર કુટુંબોનું પ્રમાણ ૭૫.૯૨ ટકા છે. સુંદરતા-દેખાવને મહત્ત્વ આપનાર કુટુંબો ૮૦.૩૮ ટકા છે. ચારિત્રતાને મહત્ત્વ આપનાર કુટુંબોનું પ્રમાણ ૯૯.૬૨ ટકા છે. ઉંમરને મહત્ત્વ આપનાર કુટુંબોનું પ્રમાણ ૯૮.૫૧ ટકા છે. શિક્ષણને મહત્ત્વ આપનાર કુટુંબોનું પ્રમાણ ૪૩.૭૦ ટકા છે. તેમજ અન્ય બાબતોને મહત્ત્વ આપનાર કુટુંબોનું પ્રમાણ ૮.૧૪ ટકા છે.

કુનબી જ્ઞાતિના આદિવાસી કુટુંબોમાં છોકરાના જીવન સાથીની પસંદગીમાં આર્થિક સદ્ધરતાને મહત્ત્વ આપનાર કુટુંબોનું પ્રમાણ ૫૦.૭૪ ટકા છે. સુંદરતા/દેખાવને મહત્ત્વ આપનાર કુટુંબોનું પ્રમાણ ૫૮.૨૦ ટકા છે. ચારિત્રતાને મહત્ત્વ આપનાર કુટુંબોનું પ્રમાણ ૯૫.૫૨ ટકા છે.શિક્ષણને મહત્ત્વ આપનારા કુટુંબોનું પ્રમાણ ૭૭.૬૧ ટકા છે. અન્ય બાબતને ધ્યાનમાં રાખનાર કુટુંબોનું પ્રમાણ ૮.૯૬ ટકા છે.

કુંકણા જ્ઞાતિના આદિવાસી કુટુંબોમાં છોકરાના જીવન સાથીની પસંદગીમાં આર્થિક સદ્ધરતાને મહત્ત્વ આપનાર કુટુંબોનું પ્રમાણ ૧૦૦ ટકા છે. સુંદરતા/દેખાવને મહત્ત્વ આપનાર કુટુંબોનું પ્રમાણ ૭૨.૭૨ ટકા છે. ચારિત્રતાને મહત્ત્વ આપનાર કુટુંબોનું પ્રમાણ ૧૦૦ ટકા છે.ઉંમરને ધ્યાનમાં રાખનાર કુટુંબોનું પ્રમાણ ૧૦૦ ટકા છે. શિક્ષણને મહત્ત્વ આપનારા કુટુંબોનું પ્રમાણ ૮૧.૮૧ ટકા છે.

કોંકણી જ્ઞાતિના આદિવાસી કુટુંબોમાં છોકરાના જીવન સાથીની પસંદગીમાં આર્થિક સદ્ધરતાને મહત્ત્વ આપનાર કુટુંબોનું પ્રમાણ ૯૪.૪૪ ટકા છે. સુંદરતા/દેખાવને મહત્ત્વ આપનાર કુટુંબોનું પ્રમાણ ૯૪.૪૪ ટકા છે. ચારિત્રતાને મહત્ત્વ આપનાર કુટુંબોનું પ્રમાણ ૧૦૦ ટકા છે. ઉંમરને ધ્યાનમાં રાખનાર કુટુંબોનું પ્રમાણ ૯૪.૪૪ ટકા છે. શિક્ષણને મહત્ત્વ આપનારા કુટુંબોનું પ્રમાણ ૩૩.૩ ટકા છે.

વારલી જ્ઞાતિના આદિવાસી કુટુંબોમાં છોકરાના જીવન સાથીની પસંદગીમાં આર્થિક સદ્ધરતાને મહત્ત્વ આપનાર કુટુંબોનું પ્રમાણ ૭૯.૧૭ ટકા છે. સુંદરતા/દેખાવને મહત્ત્વ આપનાર કુટુંબોનું પ્રમાણ ૮૭.૫૧ ટકા છે. ચારિત્રતાને મહત્ત્વ આપનાર કુટુંબોનું

પ્રમાણ ૧૦૦ ટકા છે.ઉંમરને ધ્યાનમાં રાખનાર કુટુંબોનું પ્રમાણ ૧૦૦ ટકા છે. તેમજ શિક્ષણને મહત્ત્વ આપનારા કુટુંબોનું પ્રમાણ ૪૫.૬૭ ટકા છે.

ગામિત જ્ઞાતિના આદિવાસી કુટુંબોમાં છોકરાના જીવન સાથીની પસંદગીમાં આર્થિક સદ્ધરતાને મહત્ત્વ આપનાર કુટુંબોનું પ્રમાણ ૧૦૦ ટકા છે. સુંદરતા/દેખાવને મહત્ત્વ આપનાર કુટુંબોનું પ્રમાણ ૫૭.૯૦ ટકા છે. ચારિત્રતાને મહત્ત્વ આપનાર કુટુંબોનું પ્રમાણ ૯૪.૭૩ ટકા છે. ઉંમરને ધ્યાનમાં રાખનાર કુટુંબોનું પ્રમાણ ૧૦૦ ટકા છે. શિક્ષણને મહત્ત્વ આપનારા કુટુંબોનું પ્રમાણ ૬૮.૪૨ ટકા છે.

ભીલ જ્ઞાતિના આદિવાસી કુટુંબોમાં છોકરાના જીવન સાથીની પસંદગીમાં આર્થિક સદ્ધરતાને મહત્ત્વ આપનાર કુટુંબોનું પ્રમાણ ૮૦.૧૬ ટકા છે. સુંદરતા/દેખાવને મહત્ત્વ આપનાર કુટુંબોનું પ્રમાણ ૯૨.૩૭ ટકા છે. ચારિત્રતાને મહત્ત્વ આપનાર કુટુંબોનું પ્રમાણ ૧૦૦ ટકા છે.ઉંમરને ધ્યાનમાં રાખનાર કુટુંબોનું પ્રમાણ ૧૦૦ ટકા છે. શિક્ષણને મહત્ત્વ આપનારા કુટુંબોનું પ્રમાણ ૨૨.૯૦ ટકા છે. તેમજ અન્ય બાબતોને ધ્યાનમાં રાખનાર કુટુંબોનું પ્રમાણ ૧૨.૨૧ ટકા છે.

કોષ્ટક નં.૫.૨.૪

છોકરીના જીવન સાથી પસંદગી વિષયક માહિતી દર્શાવતું કોષ્ટક

ક્રમ	પસંદ કરેલા કુટુંબો	સંખ્યા	જીવન સાથી પસંદગીમાં ધ્યાનમાં રાખવાની બાબત					
			આર્થિક સદ્ધરતા	સુંદરતા/ દેખાવ	ચારિત્રતા	ઉંમર	શિક્ષણ	અન્ય
૧	કુનબી (ટકા)	૬૭	૨ (૨.૯૯)	૪૭ (૭૦.૧૪)	૬૭ (૧૦૦)	૬૫ (૯૭.૦૧)	૩૧ (૪૬.૨૭)	૪ (૫.૯૮)
૨	કુંકણા (ટકા)	૧૧	૧ (૯.૧૦)	૧૧ (૧૦૦)	૧૧ (૧૦૦)	૧૧ (૧૦૦)	૨ (૧૮.૧૯)	--
૩	કોંકણી (ટકા)	૧૮	૧ (૫.૫૬)	૧૮ (૧૦૦)	૧૮ (૧૦૦)	૧૭ (૯૪.૪૪)	૧ (૫.૫૬)	--
૪	વારલી (ટકા)	૨૪	--	૨૨ (૯૧.૬૭)	૨૪ (૧૦૦)	૨૪ (૧૦૦)	૪ (૧૬.૬૭)	૨ (૮.૩૩)

૫	ગામિત (ટકા)	૧૯	--	૧૯ (૧૦૦)	૧૯ (૧૦૦)	૧૯ (૧૦૦)	૪ (૨૧.૦૬)	૨ (૧૦.૫૨)
૬	ભીલ (ટકા)	૧૩૧	૫ (૩.૮૧)	૧૩૧ (૧૦૦)	૧૩૧ (૧૦૦)	૧૩૦ (૯૯.૨૩)	૧૫ (૧૧.૪૬)	૧૫ (૧૧.૪૬)
૭	કુલ (ટકા)	૨૭૦	૯ (૩.૩૩)	૨૪૮ (૯૧.૮૬)	૨૭૦ (૧૦૦)	૨૬૬ (૯૮.૫૧)	૫૭ (૨૧.૧૧)	૨૩ (૮.૫૧)

ટેબલના આધારે વિશ્લેષણ :

કોષ્ટક નં.૫.૨.૪માં પસંદ કરેલા કુટુંબોમાં છોકરીના જીવન સાથી પસંદગીની ધ્યાનમાં રાખવાની બાબતો દર્શાવવામાં આવી છે. જેમાં છોકરીના જીવન સાથી પસંદગી માટે કુલ કુટુંબોમાં આર્થિક સદ્ધરતાને મહત્ત્વ આપનાર કુટુંબોનું પ્રમાણ ૩.૩૩ ટકા છે. સુંદરતા/દેખાવને મહત્ત્વ આપનાર કુટુંબોનું પ્રમાણ ૯૧.૮૬ ટકા છે. ચારિત્રતાને મહત્ત્વ આપનાર કુટુંબોનું પ્રમાણ ૧૦૦ ટકા છે. ઉંમરને ધ્યાનમાં રાખનાર કુટુંબોનું પ્રમાણ ૯૮.૫૧ ટકા છે. શિક્ષણને ધ્યાનમાં રાખનારા કુટુંબોનું પ્રમાણ ૨૧.૧૧ ટકા છે. તેમજ અન્ય બાબતને ધ્યાનમાં રાખનાર કુટુંબોનું પ્રમાણ ૮.૫૧ ટકા છે.

કુનબી જ્ઞાતિના આદિવાસી કુટુંબોમાં છોકરીના જીવન સાથીની પસંદગીમાં આર્થિક સદ્ધરતાને મહત્ત્વ આપનાર કુટુંબોનું પ્રમાણ ૨.૯૯ ટકા છે. સુંદરતા/દેખાવને મહત્ત્વ આપનાર કુટુંબોનું પ્રમાણ ૭૦.૧૪ ટકા છે. ચારિત્રતાને મહત્ત્વ આપનાર કુટુંબોનું પ્રમાણ ૧૦૦ ટકા છે.ઉંમરને ધ્યાનમાં રાખનાર કુટુંબોનું પ્રમાણ ૯૭.૦૧ ટકા છે. શિક્ષણને મહત્ત્વ આપનાર કુટુંબોનું પ્રમાણ ૫.૯૮ ટકા છે.

કુંકણા જ્ઞાતિના આદિવાસી કુટુંબોમાં છોકરીના જીવન સાથીની પસંદગીમાં આર્થિક સદ્ધરતાને મહત્ત્વ આપનાર કુટુંબોનું પ્રમાણ ૯.૧૦ ટકા છે. સુંદરતા/દેખાવને મહત્ત્વ આપનાર કુટુંબોનું પ્રમાણ ૧૦૦ ટકા છે. ચારિત્રતાને મહત્ત્વ આપનાર કુટુંબોનું પ્રમાણ ૧૦૦ ટકા છે.ઉંમરને ધ્યાનમાં રાખનાર કુટુંબોનું પ્રમાણ ૧૦૦ ટકા છે. શિક્ષણને મહત્ત્વ આપનાર કુટુંબોનું પ્રમાણ ૧૮.૧૯ ટકા છે.

કોંકણી જ્ઞાતિના આદિવાસી કુટુંબોમાં છોકરીના જીવન સાથીની પસંદગીમાં આર્થિક સદ્ધરતાને મહત્ત્વ આપનાર કુટુંબોનું પ્રમાણ ૫.૫૬ ટકા છે. સુંદરતા/દેખાવને મહત્ત્વ આપનાર કુટુંબોનું પ્રમાણ ૧૦૦ ટકા છે. ચારિત્રતાને મહત્ત્વ આપનાર કુટુંબોનું પ્રમાણ ૧૦૦ ટકા છે.ઉંમરને ધ્યાનમાં રાખનાર કુટુંબોનું પ્રમાણ ૯૪.૪૪ ટકા છે. શિક્ષણને મહત્ત્વ આપનાર કુટુંબોનું પ્રમાણ ૫.૫૬ ટકા છે.

વારલી જ્ઞાતિના આદિવાસી કુટુંબોમાં છોકરીના જીવન સાથીની પસંદગીમાં આર્થિક સદ્ધરતાને મહત્ત્વ આપતા નથી. સુંદરતા/દેખાવને મહત્ત્વ આપનાર કુટુંબોનું પ્રમાણ ૯૧.૬૭ ટકા છે. ચારિત્રતાને મહત્ત્વ આપનાર કુટુંબોનું પ્રમાણ ૧૦૦ ટકા છે. ઉંમરને ધ્યાનમાં રાખનાર કુટુંબોનું પ્રમાણ ૧૦૦ ટકા છે. શિક્ષણને મહત્ત્વ આપનાર કુટુંબોનું પ્રમાણ ૧૬.૬૭ ટકા છે. તેમજ અન્ય બાબતોને મહત્ત્વ આપનાર કુટુંબોનું પ્રમાણ ૮.૩૩ ટકા છે.

ગામિત જ્ઞાતિના આદિવાસી કુટુંબોમાં છોકરીના જીવન સાથીની પસંદગીમાં આર્થિક સદ્ધરતાને મહત્ત્વ આપતા નથી. સુંદરતા/દેખાવને મહત્ત્વ આપનાર કુટુંબોનું પ્રમાણ ૧૦૦ ટકા છે. ચારિત્રતાને મહત્ત્વ આપનાર કુટુંબોનું પ્રમાણ ૧૦૦ ટકા છે.ઉંમરને ધ્યાનમાં રાખનાર કુટુંબોનું પ્રમાણ ૧૦૦ ટકા છે. શિક્ષણને મહત્ત્વ આપનાર કુટુંબોનું પ્રમાણ ૨૧.૦૬ ટકા છે. અન્ય બાબતોને મહત્ત્વ આપનાર કુટુંબોનું પ્રમાણ ૧૦.૫૨ ટકા છે.

ભીલ જ્ઞાતિના આદિવાસી કુટુંબોમાં છોકરીના જીવન સાથીની પસંદગીમાં આર્થિક સદ્ધરતાને મહત્ત્વ આપનાર કુટુંબોનું પ્રમાણ ૩.૮૧ ટકા છે. સુંદરતા/દેખાવને મહત્ત્વ આપનાર કુટુંબોનું પ્રમાણ ૧૦૦ ટકા છે. ચારિત્રતાને મહત્ત્વ આપનાર કુટુંબોનું પ્રમાણ ૧૦૦ ટકા છે. ઉંમરને ધ્યાનમાં રાખનાર કુટુંબોનું પ્રમાણ ૯૯.૨૩ ટકા છે. શિક્ષણને મહત્ત્વ આપનાર કુટુંબોનું પ્રમાણ ૧૧.૪૬ ટકા છે.અન્ય બાબતોને મહત્ત્વ આપનાર કુટુંબોનું પ્રમાણ ૧૧.૪૬ ટકા છે.

કોષ્ટક નં.૫.૨.૬

બાળકના નામકરણ વિષયક માહિતી દર્શાવતું કોષ્ટક

ક્રમ	પસંદ કરેલા કુટુંબો	સંખ્યા	બાળકનું નામ રાખનાર						કુલ
			દાયણ	માતા-પિતા	ભગત	ફઈ	અન્ય	કુટુંબના બધા સાથે મળીને	
૧	કુનબી (ટકા)	૬૭ (૧૦૦)	--	૩૮ (૫૬.૭૧)	--	૫ (૭.૪૭)	--	૨૪ (૩૫.૮૨)	૬૭
૨	કુંકણા (ટકા)	૧૧ (૧૦૦)	--	૪ (૩૬.૩૬)	--	૨ (૧૮.૧૮)	--	૫ (૪૫.૪૬)	૧૧
૩	કોંકણી (ટકા)	૧૮ (૧૦૦)	--	૯ (૫૦)	--	૨ (૧૧.૧૧)	--	૭ (૩૮.૮૯)	૧૮
૪	વારલી (ટકા)	૨૪ (૧૦૦)	--	૯ (૩૭.૫૦)	--	૨ (૮.૩૩)	--	૧૩ (૫૪.૧૭)	૨૪
૫	ગામિત (ટકા)	૧૯ (૧૦૦)	--	૧૦ (૫૨.૬૩)	--	૧ (૫.૨૭)	--	૮ (૪૨.૧૦)	૧૯
૬	ભીલ (ટકા)	૧૩૧ (૧૦૦)	--	૬૮ (૫૧.૯૦)	--	૧૨ (૯.૧૭)	--	૫૧ (૩૮.૯૩)	૧૩૧
૭	કુલ (ટકા)	૨૭૦ (૧૦૦)	--	૧૩૮ (૫૧.૧૧)	--	૨૪ (૮.૮૯)	--	૧૦૮ (૪૦)	૨૭૦

ટેબલને આધારે વિશ્લેષણ :

કોષ્ટક નં.૫.૨.૬માં પસંદ કરેલા કુટુંબો પોતાના બાળકના નામકરણની વિધિ કોણ કરે છે, જે દર્શાવવામાં આવ્યું છે. પસંદ કરેલા કુટુંબોમાં સૌથી વધારે કુટુંબો બાળકનું નામકરણ માતા-પિતા પોતે જ કરે છે. જે ૫૧.૧૧ ટકા છે. ફઈ દ્વારા બાળકનું નામકરણ ૮.૮૯ ટકા કુટુંબોમાં કરવામાં આવે છે. તેમજ કુટુંબના બધા સાથે મળીને બાળકનું નાકરણ કરાવનાર કુટુંબોનું પ્રમાણ ૪૦ ટકા છે.

કુનબી જ્ઞાતિના આદિવાસી કુટુંબોમાં સૌથી વધારે કુટુંબોમાં બાળકનું નામકરણ માતા-પિતા દ્વારા કરવામાં આવે છે. જે ૫૬.૭૧ ટકા છે. ફઈ દ્વારા બાળકનું નામકરણ કરાવવામાં આવતા કુટુંબોનું પ્રમાણ ૭.૪૭ ટકા છે. કુટુંબના બધા સાથે મળીને બાળકનું નામકરણ કરાવનાર કુટુંબોનું પ્રમાણ ૩૫.૮૨ ટકા છે.

કુંકણા જ્ઞાતિના આદિવાસી કુટુંબોમાં સૌથી વધારે કુટુંબોમાં બાળકનું નામકરણ કુટુંબના બધા સાથે મળીને કરે છે. જે ૪૫.૪૬ ટકા છે. માતા-પિતા દ્વારા બાળકનું નામકરણ કરાવનાર કુટુંબોનું પ્રમાણ ૩૬.૩૬ ટકા છે.ફઈ દ્વારા બાળકનું નામકરણ કરનાર કુટુંબોનું પ્રમાણ ૧૮.૧૮ ટકા છે.

કોંકણી જ્ઞાતિના આદિવાસી કુટુંબોમાં સૌથી વધારે કુટુંબોમાં બાળકનું નામકરણ માતા-પિતા પોતે જ કરે છે. જે ૫૦ ટકા છે. ફઈ દ્વારા બાળકનું નામકરણ કરાવવામાં આવતા કુટુંબોનું પ્રમાણ ૧૧.૧૧ ટકા છે. કુટુંબના બધા સાથે મળીને બાળકનું નામકરણ કરાવનાર કુટુંબોનું પ્રમાણ ૩૮.૮૯ ટકા છે.

વારલી જ્ઞાતિના આદિવાસી કુટુંબોમાં સૌથી વધારે કુટુંબોમાં બાળકનું નામકરણ કુટુંબના બધા સાથે મળીને કરે છે. જે ૫૪.૧૭ ટકા છે. માતા-પિતા દ્વારા બાળકનું નામકરણ કરાવનાર કુટુંબોનું પ્રમાણ ૩૭.૫૦ ટકા છે. ફઈ દ્વારા બાળકનું નામકરણ કરનાર કુટુંબોનું પ્રમાણ ૮.૩૩ ટકા છે.

ગામિત જ્ઞાતિના આદિવાસી કુટુંબોમાં સૌથી વધારે કુટુંબોમાં બાળકનું નામકરણ માતા-પિતા પોતે જ કરે છે. જે ૫૨.૬૩ ટકા છે. ફઈ દ્વારા બાળકનું નામકરણ કરાવવામાં આવતા કુટુંબોનું પ્રમાણ ૫.૨૭ ટકા છે. કુટુંબના બધા સાથે મળીને બાળકનું નામકરણ કરાવનાર કુટુંબોનું પ્રમાણ ૪૨.૧૦ ટકા છે.

ભીલ જ્ઞાતિના આદિવાસી કુટુંબોમાં સૌથી વધારે કુટુંબોમાં બાળકનું નામકરણ માતા-પિતા પોતે જ કરે છે. જે ૫૧.૯૦ ટકા છે. ફઈ દ્વારા બાળકનું નામકરણ કરાવવામાં આવતા કુટુંબોનું પ્રમાણ ૯.૧૭ ટકા છે. કુટુંબના બધા સાથે મળીને બાળકનું નામકરણ કરાવનાર કુટુંબોનું પ્રમાણ ૩૮.૯૩ ટકા છે.

કોષ્ટક નં.૫.૨.૮

સગપણ નક્કી કરવાની વિધિ વિષયક માહિતી દર્શાવતું કોષ્ટક

ક્રમ	પસંદ કરેલા કુટુંબો	સંખ્યા	સગપણ નક્કી કરવાની વિધિ			કુલ
			બોલપેન (પરંપરાગત)	સગાઈ (આધુનિક)	બન્ને વિધિ	
૧	કુનબી (ટકા)	૬૭ (૧૦૦)	૬૦ (૮૯.૫૬)	૪ (૫.૯૭)	૩ (૪.૪૭)	૬૭
૨	કુંકણા (ટકા)	૧૧ (૧૦૦)	૧૦ (૯૦.૯૦)	--	૧ (૯.૧૦)	૧૧
૩	કોંકણી (ટકા)	૧૮ (૧૦૦)	૧૬ (૮૮.૮૯)	૨ (૧૧.૧૧)	--	૧૮
૪	વારલી (ટકા)	૨૪ (૧૦૦)	૧૮ (૭૫)	૫ (૨૦.૮૩)	૧ (૪.૧૭)	૨૪
૫	ગામિત (ટકા)	૧૯ (૧૦૦)	૨ (૧૦.૫૨)	૧૬ (૮૪.૨૧)	૧ (૫.૨૭)	૧૯
૬	ભીલ (ટકા)	૧૩૧ (૧૦૦)	૯૧ (૬૯.૪૬)	૩૧ (૨૩.૬૬)	૯ (૬.૮૮)	૧૩૧
૭	કુલ (ટકા)	૨૭૦ (૧૦૦)	૧૯૭ (૭૨.૯૬)	૫૮ (૨૧.૪૯)	૧૫ (૫.૫૫)	૨૭૦

ટેબના આધારે વિશ્લેષણ :

કોષ્ટક નં.૫.૨.૮માં પસંદ કરેલા કુટુંબોમાં સગપણ નક્કી કરવાની વિધિ વિષયક માહિતી દર્શાવવામાં આવી છે. જેમાં કુલ કુટુંબોમાંથી સૌથી વધારે કુટુંબો બોલપેન (પરંપરાગત) વિધિ અનુસાર સગપણ નક્કી કરે છે. જેનું પ્રમાણ ૭૨.૯૬ ટકા છે. સગાઈ (આધુનિક) વિધિ દ્વારા સગપણ નક્કી કરનારા કુટુંબોનું પ્રમાણ ૨૧.૪૯ ટકા છે. બંને વિધિ દ્વારા સગપણ નક્કી કરનારા કુટુંબોનું પ્રમાણ ૫.૫૫ ટકા છે.

કુનબી જ્ઞાતિના આદિવાસી કુટુંબોમાં સૌથી વધુ કુટુંબો બોલપેન વિધિ અનુસાર સગપણ નક્કી કરે છે. જે ૮૯.૫૬ ટકા છે. સગાઈ વિધિ દ્વારા સગપણ નક્કી કરનારા કુટુંબોનું પ્રમાણ ૫.૯૭ ટકા છે. તેમજ બંને વિધિ દ્વારા સગપણ નક્કી કરનારા કુટુંબોનું પ્રમાણ ૪.૪૭ ટકા છે.

કુંકણા જ્ઞાતિના આદિવાસી કુટુંબોમાં સૌથી વધુ કુટુંબો બોલપેન વિધિ અનુસાર સગપણ નક્કી કરે છે. જે ૯૦.૯૦ ટકા છે. તેમજ બંને વિધિ દ્વારા સગપણ નક્કી કરનારા કુટુંબોનું પ્રમાણ ૯.૧૦ ટકા છે. સગાઈ વિધિ દ્વારા સગપણ નક્કી કરનારા કુટુંબો એક પણ નથી.

કોંકણી જ્ઞાતિના આદિવાસી કુટુંબોમાં સૌથી વધુ કુટુંબો બોલપેન વિધિ અનુસાર સગપણ નક્કી કરે છે. જે ૮૮.૮૯ ટકા છે. સગાઈ વિધિ દ્વારા સગપણ નક્કી કરનારા કુટુંબોનું પ્રમાણ ૧૧.૧૧ ટકા છે. તેમજ બંને વિધિ દ્વારા સગપણ નક્કી કરનારા કુટુંબોનું પ્રમાણ એક પણ નથી.

વારલી જ્ઞાતિના આદિવાસી કુટુંબોમાં સૌથી વધુ કુટુંબો બોલપેન વિધિ અનુસાર સગપણ નક્કી કરે છે. જે ૭૫ ટકા છે. સગાઈ વિધિ દ્વારા સગપણ નક્કી કરનારા કુટુંબોનું પ્રમાણ ૨૦.૮૩ ટકા છે. તેમજ બંને વિધિ દ્વારા સગપણ નક્કી કરનારા કુટુંબોનું પ્રમાણ ૪.૧૭ ટકા છે.

ગામિત જ્ઞાતિના આદિવાસી કુટુંબોમાં સૌથી વધુ કુટુંબો સગાઈ વિધિ અનુસાર સગપણ નક્કી કરે છે. જે ૮૪.૨૧ ટકા છે. બોલપેન વિધિ અનુસાર સગપણ નક્કી કરનારા કુટુંબોનું પ્રમાણ ૧૦.૫૨ ટકા છે. તેમજ બંને વિધિ દ્વારા સગપણ નક્કી કરનારા કુટુંબોનું પ્રમાણ ૫.૨૭ ટકા છે.

ભીલ જ્ઞાતિના આદિવાસી કુટુંબોમાં સૌથી વધુ કુટુંબો બોલપેન વિધિ અનુસાર સગપણ નક્કી કરે છે. જે ૬૯.૪૬ ટકા છે. સગાઈ વિધિ દ્વારા સગપણ નક્કી કરનારા

કુટુંબોનું પ્રમાણ ૨૩.૬૬ ટકા છે. તેમજ બંને વિધિ દ્વારા સગપણ નક્કી કરનારા કુટુંબોનું પ્રમાણ ૬.૮૮ ટકા છે.

કુનબી જ્ઞાતિના આદિવાસી કુટુંબોમાં સૌથી વધારે કુટુંબોમાં લગ્નની વિધિ કરનાર ભગત છે. જેનું પ્રમાણ ૪૭.૭૬ ટકા છે. બ્રાહ્મણ દ્વારા લગ્નની વિધિ કરાવનારા કુટુંબોનું પ્રમાણ ૧૦.૪૪ ટકા છે. અન્ય વ્યક્તિ દ્વારા લગ્નની વિધિ કરાવનારા કુટુંબોનું પ્રમાણ ૪૧.૮૦ ટકા છે.

કુંકણા જ્ઞાતિના આદિવાસી કુટુંબોમાં સૌથી વધારે કુટુંબોમાં લગ્નની વિધિ કરનાર ભગત છે. જેનું પ્રમાણ ૮૧.૮૧ ટકા છે. અન્ય વ્યક્તિ દ્વારા લગ્નની વિધિ કરાવનારા કુટુંબોનું પ્રમાણ ૧૮.૧૯ ટકા છે.

કોંકણી જ્ઞાતિના આદિવાસી કુટુંબોમાં સૌથી વધારે કુટુંબોમાં લગ્નની વિધિ કરનાર ભગત છે. જેનું પ્રમાણ ૬૧.૧૧ ટકા છે. બ્રાહ્મણ દ્વારા લગ્નની વિધિ કરાવનારા કુટુંબોનું પ્રમાણ ૧૧.૧૧ ટકા છે. અન્ય વ્યક્તિ દ્વારા લગ્નની વિધિ કરાવનારા કુટુંબોનું પ્રમાણ ૨૭.૭૮ ટકા છે.

વારલી જ્ઞાતિના આદિવાસી કુટુંબોમાં સૌથી વધારે કુટુંબો લગ્નની વિધિ અન્ય વ્યક્તિ દ્વારા કરાવે છે. જેનું પ્રમાણ ૯૪.૭૩ ટકા છે. ભગત દ્વારા લગ્નની વિધિ કરાવનારા કુટુંબોનું પ્રમાણ ૪૫.૮૩ ટકા છે.

ગામિત જ્ઞાતિના આદિવાસી કુટુંબોમાં સૌથી વધારે કુટુંબોમાં લગ્નની વિધિ અન્ય વ્યક્તિ દ્વારા કરાવે છે. જેનું પ્રમાણ ૯૪.૭૩ ટકા છે. ભગત દ્વારા લગ્નની વિધિ કરાવનારા કુટુંબોનું પ્રમાણ ૫.૨૭ ટકા છે.

ભીલ જ્ઞાતિના આદિવાસી કુટુંબોમાં સૌથી વધારે અન્ય વ્યક્તિ દ્વારા લગ્ન વિધિ કરાવે છે. જેનું પ્રમાણ ૫૪.૨૦ ટકા છે. ભગત દ્વારા લગ્નની વિધિ કરાવનારા કુટુંબોનું પ્રમાણ ૪૧.૮૦ ટકા છે. તેમજ બ્રાહ્મણ દ્વારા લગ્નની વિધિ કરાવનારા કુટુંબોનું પ્રમાણ ૧૨.૯૮ ટકા છે.

કોષ્ટક નં.૫.૨.૯
મૃતદેહની અંતિમ ક્રિયા વિષયક માહિતી દર્શાવતું કોષ્ટક

ક્રમ	પસંદ કરેલા કુટુંબો	સંખ્યા	મૃતદેહની અંતિમ ક્રિયા સમયે		કુલ
			બાળવામાં આવે છે.	દાટવામાં આવે છે.	
૧	કુનબી (ટકા)	૬૭ (૧૦૦)	૫૬ (૮૩.૫૯)	૧૧ (૧૬.૪૧)	૬૭
૨	કુંકણા (ટકા)	૧૧ (૧૦૦)	૧૧ (૧૦૦)	--	૧૧
૩	કોંકણી (ટકા)	૧૮ (૧૦૦)	૧૬ (૮૮.૮૯)	૨ (૧૧.૧૧)	૧૮
૪	વારલી (ટકા)	૨૪ (૧૦૦)	૧૮ (૭૫)	૬ (૨૫)	૨૪
૫	ગામિત (ટકા)	૧૯ (૧૦૦)	૨ (૧૦.૫૨)	૧૭ (૮૯.૪૮)	૧૯
૬	ભીલ (ટકા)	૧૩૧ (૧૦૦)	૩૬ (૨૭.૪૯)	૯૫ (૮૯.૪૮)	૧૩૧
૭	કુલ (ટકા)	૨૭૦ (૧૦૦)	૧૩૯ (૫૧.૪૯)	૧૩૧ (૪૮.૫૧)	૨૭૦

ટેબલના આધારે વિશ્લેષણ :

કોષ્ટક નં.૫.૨.૯ માં પસંદ કરેલા કુટુંબોમાં મૃતદેહની અંતિમ ક્રિયા વિષયક માહિતી દર્શાવવામાં આવી છે. જેમાં સૌથી વધારે કુલ કુટુંબોમાં મૃતદેહની અંતિમ ક્રિયા

સમયે મૃત દેહને બાળવામાં આવે છે. જેનું કુટુંબોમાં પ્રમાણ ૫૧.૪૯ ટકા છે. તેમા ૪૮.૫૧ ટકા કુટુંબોમાં મૃતદેહને અંતિમ ક્રિયા વખતે દાટવામાં આવે છે.

કુનબી જ્ઞાતિના આદિવાસી કુટુંબોમાં સૌથી વધારે કુટુંબોમાં મૃતદેહની અંતિમ ક્રિયા સમયે બાળવામાં આવે છે. જેનું પ્રમાણ ૮૩.૫૯ ટકા છે. તેમજ ૧૬.૪૧ ટકા કુટુંબોમાં મૃતદેહની અંતિમ ક્રિયા સમયે દાટવામાં આવે છે.

કુંકણા જ્ઞાતિના આદિવાસી કુટુંબોમાં બધા જ કુટુંબોમાં મૃતદેહની અંતિમ ક્રિયા સમયે બાળવામાં આવે છે. જેનું પ્રમાણ ૧૦૦ ટકા છે.

કોંકણી જ્ઞાતિના આદિવાસી કુટુંબોમાં સૌથી વધારે કુટુંબોમાં મૃતદેહની અંતિમ ક્રિયા સમયે બાળવામાં આવે છે. જેનું પ્રમાણ ૮૮.૮૯ ટકા છે. તેમજ ૧૧.૧૧ ટકા કુટુંબોમાં મૃતદેહની અંતિમ ક્રિયા સમયે દાટવામાં આવે છે.

વારલી જ્ઞાતિના આદિવાસી કુટુંબોમાં સૌથી વધારે કુટુંબોમાં મૃતદેહની અંતિમ ક્રિયા સમયે બાળવામાં આવે છે. જેનું પ્રમાણ ૭૫ ટકા છે. તેમજ ૨૫ ટકા કુટુંબોમાં મૃતદેહની અંતિમ ક્રિયા સમયે દાટે છે.

ગામિત જ્ઞાતિના આદિવાસી કુટુંબોમાં સૌથી વધારે કુટુંબોમાં મૃતદેહની અંતિમ ક્રિયા સમયે દાટે છે. જેનું પ્રમાણ ૮૯.૪૮ ટકા છે. તેમજ ૧૦.૫૨ ટકા કુટુંબોમાં મૃતદેહની અંતિમ ક્રિયા સમયે બાળવામાં આવે છે.

ભીલ જ્ઞાતિના આદિવાસી કુટુંબોમાં સૌથી વધારે કુટુંબોમાં મૃતદેહની અંતિમ

ટેબલના આધારે વિશ્લેષણ :

કોષ્ટક નં.૫.૫.૧૧માં પસંદ કરેલા કુટુંબોમાં મૃત આત્માની શાંતિ વિષયક માહિતી દર્શાવવામાં આવી છે. જેમાં પસંદ કરેલા કુલ કુટુંબોમાં સૌથી વધારે કુટુંબો મૃત આત્માની શાંતિ માટે ૪૨.૨૩ ટકા કુટુંબો બારમાની વિધિ કરે છે. મૃત આત્માની શાંતિ માટે થાળી કથા કરાવનારા કુટુંબોનું પ્રમાણ ૩૧.૧૧ ટકા છે. મૃત આત્માની શાંતિ માટે બેસણુંની

વિધિ કરનારા કુટુંબોનું પ્રમાણ ૧૮.૧૪ ટકા છે. મૃત આત્માની શાંતિ માટે અન્ય વિધિ કરનારા કુટુંબોનું પ્રમાણ ૮.૫૧ ટકા છે.

કુનબી જ્ઞાતિના આદિવાસી કુટુંબોમાં સૌથી વધારે કુટુંબો મૃત આત્માની શાંતિ માટે થાળી કથાની વિધિ વધુ પ્રમાણમાં રાખે છે. જે ૫૫.૨૨ ટકા છે. મૃત આત્માની શાંતિ માટે બારમાની વિધિ કરાવનારા કુટુંબોનું પ્રમાણ ૨૩.૮૮ ટકા છે.

કુંકણા જ્ઞાતિના આદિવાસી કુટુંબોમાં સૌથી વધારે કુટુંબો મૃત આત્માની શાંતિ માટે થાળી કથાની વિધિ વધુ પ્રમાણમાં રાખે છે. જે ૪૫.૪૬ ટકા છે. તેમજ બેસણુંની વિધિ કરાવનારા કુટુંબોનું પ્રમાણ ૩૬.૩૬ ટકા છે. મૃત આત્માની શાંતિ માટે બારમાની વિધિ કરાવનારા કુટુંબોનું પ્રમાણ ૧૮.૧૮ ટકા છે.

કોંકણી જ્ઞાતિના આદિવાસી કુટુંબોમાં સૌથી વધારે કુટુંબો મૃત આત્માની શાંતિ માટે બારમાની વિધિ વધુ પ્રમાણમાં રાખે છે. જે ૩૮.૮૯ ટકા છે. તેમજ બેસણુંની વિધિ કરાવનારા કુટુંબોનું પ્રમાણ ૩૩.૩૩ ટકા છે. તેમજ મૃત આત્માની શાંતિ માટે થાળી કથાની વિધિ કરાવનારા કુટુંબોનું પ્રમાણ ૨૭.૭૮ ટકા છે.

વારલી જ્ઞાતિના આદિવાસી કુટુંબોમાં સૌથી વધારે કુટુંબો મૃત આત્માની શાંતિ માટે થાળી કથાની વિધિ વધુ પ્રમાણમાં રાખે છે. જે ૪૧.૬૭ ટકા છે. તેમજ બેસણુંની વિધિ કરાવનારા કુટુંબોનું પ્રમાણ ૩૩.૩૩ ટકા છે. મૃત આત્માની શાંતિ માટે બારમાની વિધિ કરાવનારા કુટુંબોનું પ્રમાણ ૨૫ ટકા છે.

ગામિત જ્ઞાતિના આદિવાસી કુટુંબોમાં સૌથી વધારે કુટુંબો મૃત આત્માની શાંતિ માટે અન્ય વિધિ વધુ પ્રમાણમાં રાખે છે. જે ૫૨.૬૩ ટકા છે. તેમજ બારમાની વિધિ કરાવનારા કુટુંબોનું પ્રમાણ ૪૨.૧૦ ટકા છે. મૃત આત્માની શાંતિ માટે થાળી કથાની વિધિ કરાવનારા કુટુંબોનું પ્રમાણ ૫.૨૭ ટકા છે.

ભીલ જ્ઞાતિના આદિવાસી કુટુંબોમાં સૌથી વધારે કુટુંબો મૃત આત્માની શાંતિ માટે બારમાની વિધિ વધુ પ્રમાણમાં રાખે છે. જે ૫૭.૨૬ ટકા છે. તેમજ થાળી કથા કરાવનારા

કુટુંબોનું પ્રમાણ ૧૯.૮૪ ટકા છે. મૃત આત્માની શાંતિ માટે બેસણુંની વિધિ કરાવનારા કુટુંબોનું પ્રમાણ ૧૨.૯૮ ટકા છે. તેમજ મૃત આત્માની શાંતિ માટે મૃત્યું પછી અન્ય વિધિ કરાવનારા કુટુંબોનું પ્રમાણ ૯.૯૨ ટકા છે.

કોષ્ટક નં.૫.૨.૧૦

મૃત આત્માની શાંતિ વિશે માહિતી દર્શાવતું કોષ્ટક

ક્રમ	પસંદ કરેલા કુટુંબો	સંખ્યા	મૃત આત્માની શાંતિ માટે મૃત્યુ પછી				કુલ
			થાળી કથા	બેસણું	બારમાની વિધિ	અન્ય	
૧	કુનબી (ટકા)	૬૭ (૧૦૦)	૩૭ (૫૫.૨૨)	૧૪ (૨૦.૯૦)	૧૬ (૨૩.૮૮)	--	૬૭
૨	કુંકણા (ટકા)	૧૧ (૧૦૦)	૫ (૪૫.૪૬)	૪ (૩૬.૩૬)	૨ (૧૮.૧૮)	--	૧૧
૩	કોંકણી (ટકા)	૧૮ (૧૦૦)	૫ (૨૭.૭૮)	૬ (૩૩.૩૩)	૭ (૩૮.૮૯)	--	૧૮
૪	વારલી (ટકા)	૨૪ (૧૦૦)	૧૦ (૪૧.૬૭)	૮ (૩૩.૩૩)	૬ (૨૫)	--	૨૪
૫	ગામિત (ટકા)	૧૯ (૧૦૦)	૧ (૫.૨૭)	--	૮ (૪૨.૧૦)	૧૦ (૫૨.૬૩)	૧૯
૬	ભીલ (ટકા)	૧૩૧ (૧૦૦)	૨૬ (૧૯.૮૪)	૧૭ (૧૨.૯૮)	૭૫ (૫૭.૨૬)	૧૩ (૯.૯૨)	૧૩૧
૭	કુલ (ટકા)	૨૭૦ (૧૦૦)	૮૪ (૩૧.૧૧)	૪૯ (૧૮.૧૪)	૧૧૪ (૪૨.૨૩)	૨૩ (૮.૫૧)	૨૭૦

ટેબલના આધારે વિશ્લેષણ :

કોષ્ટક નં.૫.૨.૧૦ માં પસંદ કરેલા કુટુંબોમાં મૃત આત્માની શાંતિ વિષયક માહિતી દર્શાવવામાં આવી છે. જેમાં પસંદ કરેલા કુલ કુટુંબોમાં સૌથી વધારે કુટુંબો મૃત આત્માની શાંતિ માટે ૪૨.૨૩ ટકા કુટુંબો બારમાની વિધિ કરે છે. મૃત આત્માની શાંતિ માટે થાળી કથા કરાવનારા કુટુંબોનું પ્રમાણ ૩૧.૧૧ ટકા છે. મૃત આત્માની શાંતિ માટે બેસણુંની વિધિ કરનારા કુટુંબોનું પ્રમાણ ૧૮.૧૪ ટકા છે. મૃત આત્માની શાંતિ માટે અન્ય વિધિ કરનારા કુટુંબોનું પ્રમાણ ૮.૫૧ ટકા છે.

કુનબી જ્ઞાતિના આદિવાસી કુટુંબોમાં સૌથી વધારે કુટુંબો મૃત આત્માની શાંતિ માટે થાળી કથાની વિધિ વધુ પ્રમાણમાં રાખે છે. જે ૫૫.૨૨ ટકા છે. મૃત આત્માની શાંતિ માટે બારમાની વિધિ કરાવનારા કુટુંબોનું પ્રમાણ ૨૩.૮૮ ટકા છે.

કુંકણા જ્ઞાતિના આદિવાસી કુટુંબોમાં સૌથી વધારે કુટુંબો મૃત આત્માની શાંતિ માટે થાળી કથાની વિધિ વધુ પ્રમાણમાં રાખે છે. જે ૪૫.૪૬ ટકા છે. તેમજ બેસણુંની વિધિ કરાવનારા કુટુંબોનું પ્રમાણ ૩૬.૩૬ ટકા છે. મૃત આત્માની શાંતિ માટે બારમાની વિધિ કરાવનારા કુટુંબોનું પ્રમાણ ૧૮.૧૮ ટકા છે.

કોંકણી જ્ઞાતિના આદિવાસી કુટુંબોમાં સૌથી વધારે કુટુંબો મૃત આત્માની શાંતિ માટે બારમાની વિધિ વધુ પ્રમાણમાં રાખે છે. જે ૩૮.૮૯ ટકા છે. તેમજ બેસણુંની વિધિ કરાવનારા કુટુંબોનું પ્રમાણ ૩૩.૩૩ ટકા છે. તેમજ મૃત આત્માની શાંતિ માટે થાળી કથાની વિધિ કરાવનારા કુટુંબોનું પ્રમાણ ૨૭.૭૮ ટકા છે.

વારલી જ્ઞાતિના આદિવાસી કુટુંબોમાં સૌથી વધારે કુટુંબો મૃત આત્માની શાંતિ માટે થાળી કથાની વિધિ વધુ પ્રમાણમાં રાખે છે. જે ૪૧.૬૭ ટકા છે. તેમજ બેસણુંની વિધિ કરાવનારા કુટુંબોનું પ્રમાણ ૩૩.૩૩ ટકા છે. મૃત આત્માની શાંતિ માટે બારમાની વિધિ કરાવનારા કુટુંબોનું પ્રમાણ ૨૫ ટકા છે.

ગામિત જ્ઞાતિના આદિવાસી કુટુંબોમાં સૌથી વધારે કુટુંબો મૃત આત્માની શાંતિ માટે અન્ય વિધિ વધુ પ્રમાણમાં રાખે છે. જે ૫૨.૬૩ ટકા છે. તેમજ બારમાની વિધિ

કરાવનારા કુટુંબોનું પ્રમાણ ૪૨.૧૦ ટકા છે. મૃત આત્માની શાંતિ માટે થાળી કથાની વિધિ કરાવનારા કુટુંબોનું પ્રમાણ ૫.૨૭ ટકા છે.

ભીલ જ્ઞાતિના આદિવાસી કુટુંબોમાં સૌથી વધારે કુટુંબો મૃત આત્માની શાંતિ માટે બારમાની વિધિ વધુ પ્રમાણમાં રાખે છે. જે ૫૭.૨૬ ટકા છે. તેમજ થાળી કથા કરાવનારા કુટુંબોનું પ્રમાણ ૧૯.૮૪ ટકા છે. મૃત આત્માની શાંતિ માટે બેસણુંની વિધિ કરાવનારા કુટુંબોનું પ્રમાણ ૧૨.૯૮ ટકા છે. તેમજ મૃત આત્માની શાંતિ માટે મૃત્યું પછી અન્ય વિધિ કરાવનારા કુટુંબોનું પ્રમાણ ૯.૯૨ ટકા છે.

પ્રકરણ - ૬
સંશોધન અભ્યાસના તારણો

૬.૧ પ્રસ્તાવના

આદિવાસીઓના જીવનધોરણનો અભ્યાસ ગુજરાત રાજ્યના ડાંગ જિલ્લાને કેન્દ્રમાં રાખીને કર્યો છે. સંશોધન કાર્યનું કોઈને કોઈ ધ્યેય કે હેતુ હોય છે. સંશોધન પ્રશ્નોનો જવાબ મેળવી અહેવાલના સ્વરૂપે રજૂ કરવાનું સંશોધનનું અંતિમ પગથિયું ગણવામાં આવે છે. આ અભ્યાસ માટેની જરૂરી પ્રાથમિક અને ગૌણ માહિતીના આધારે નિબંધને કુલ ૬ (છ) પ્રકરણમાં વિભાજિત કરવામાં આવ્યો છે. જેમાં કુટુંબના ઉત્તરદાતાઓની પસંદગી નિદર્શન પદ્ધતિથી ૨% લેખે ૪૨૮ કુટુંબોની પસંદગી કરવામાં આવી છે. તેમાંથી યાદચ્છિક પદ્ધતિ સિમ્પલ એન્ડ રેન્ડમ પદ્ધતિથી ૨૭૦ કુટુંબોની પસંદગી કરવામાં આવી છે. પસંદ કરેલા ૬ (છ) ગામોમાંથી પ્રત્યેક એક ગામમાંથી ૪૫ કુટુંબોને પસંદ કરી અભ્યાસ કરેલ છે.

સંશોધન અભ્યાસ દ્વારા માહિતી પ્રાપ્ત કરી તેનાં વિશ્લેષણનાં આધારે સમગ્ર અભ્યાસના તારણો તારવવામાં આવેલ છે. જે નીચે પ્રમાણે રજૂ કરેલ છે.

૧. ડાંગ જિલ્લાનાં પસંદ કરેલા અભ્યાસક્ષેત્રોમાં ડાંગ જિલ્લામાં આંતરમાળખાનો વિકાસ સારો થયેલો જોવા મળે છે. જેમાં શૈક્ષણિક સગવડ, આરોગ્યની સગવડ, વિજળીની સગવડ, વાહણવ્યવહારની સગવડ, સંદેશા વ્યવહારની સગવડ વગેરે સુવિધાઓ ઉપલબ્ધ છે.

૩. પસંદ કરેલા અભ્યાસક્ષેત્રના ગામોમાં હોસ્પિટલ કે દવાખાનાની સુવિધા નથી. પસંદ કરેલા બધા જ કુટુંબો આરોગ્યની સારવાર માટે ત્યાંના વિસ્તારના નજીકના બીજા ગામમાં પી.એચ.સી. સેન્ટર આવેલું હોય ત્યાં જાય છે. તેમજ મહિનામાં નર્સ બહેનો એક-બે વખત આવે છે અને આશા વર્કર બહેનો સેવા પૂરી પાડે છે. તેમજ દિપશીલા ટ્રસ્ટ મુંબઈ દ્વારા આરોગ્ય માટે સેવા પૂરી પાડવામાં આવે છે.

૪. અભ્યાસક્ષેત્રના ગામોમાં શિક્ષણની સુવિધામાં મોટીદાબદર ગામમાં અને ગુંજપેડા ગામમાં ૧ થી ૭ ધોરણ સુધીની શિક્ષણની સુવિધા છે. તેમજ સુન્દા,

જોગબારી, વાડિયાવન, જામાલાગામમાં ૧ થી ૫ ધોરણ સુધીની જ શિક્ષણની વ્યવસ્થા છે. અને આગળના અભ્યાસ માટે બાળકોને બીજી જગ્યાએ અભ્યાસ માટે મોકલવામાં આવે છે.

૭. અભ્યાસક્ષેત્રના ગામોમાં મોટાભાગના ઉત્તરદાતાઓનો વ્યવસાય ખેતી હોવાથી પશુપાલનનો વ્યવસાય પણ વિકસ્યો છે.

૯. અભ્યાસ હેઠળના ઉત્તરદાતામાં પુરૂષ ઉત્તરદાતાનું પ્રમાણ વધુ છે. જે ૯૧.૪૯ ટકા છે અને સ્ત્રી ઉત્તરદાતાનું પ્રમાણ ૮.૫૧ ટકા છે. ૪૧ થી ૬૦ વર્ષના ઉત્તરદાતાનું પ્રમાણ વધારે છે. ૫૭.૭૮ ટકા છે. ઉત્તરદાતાઓમાં સૌથી વધુ ઉત્તરદાતા અશિક્ષિત છે. જેનું પ્રમાણ ૪૨.૯૭ ટકા છે. સૌથી વધારે ઉત્તરદાતા હિન્દુ ધર્મ પાળે છે. જેનું પ્રમાણ ૬૮.૧૪ ટકા છે. અને ખ્રિસ્તી ધર્મ પાળનારા ઉત્તરદાતાનું પ્રમાણ ૩૧.૮૬ ટકા છે. તેમજ સૌથી વધારે ઉત્તરદાતાઓ ખેતીના વ્યવસાય સાથે જોડાયેલા છે. જેનું પ્રમાણ ૫૯.૨૬ ટકા છે.

૧૦. પસંદ કરેલા આદિવાસી કુટુંબોમાં કુટુંબની સભ્ય સંખ્યા સૌથી વધારે પુરૂષોની છે. જેનું પ્રમાણ ૫૦.૬૪ ટકા છે, અને સ્ત્રી સભ્યોનું પ્રમાણ ૪૯.૩૬ ટકા છે.

૧૪. જુદાં જુદાં વ્યવસાયમાંથી પ્રાપ્ત થતી વાર્ષિક આવકમાં કુટુંબદીઠ સરેરાશ વાર્ષિક આવક સૌથી વધુ વારલી જ્ઞાતિના આદિવાસી કુટુંબોમાં જોવા મળે છે. ત્યારપછી કોંકણી જ્ઞાતિના આદિવાસી કુટુંબોની સરેરાશ આવક વધુ જોવા મળે છે. તેમજ સૌથી ઓછી કુટુંબદીઠ સરેરાશ વાર્ષિક આવક કુંકણા જ્ઞાતિના આદિવાસી કુટુંબોની છે.

૧૬. આવકની સ્થિતિ તપાસતા જાણવા મળ્યું છે કે, પસંદ કરેલા મોટાભાગના આદિવાસી કુટુંબોની આવકની સ્થિતિમાં વૃદ્ધિ થઈ રહી છે. જેનું પ્રમાણ ૫૨.૯૭ ટકા છે.

૧૭. ડાંગ પ્રદેશ ડુંગરાળ પ્રદેશ હોવાથી વિયત જમીનનું પ્રમાણ ખૂબ જ ઓછું જોવા મળે છે. જેનું પ્રમાણ ૭.૫૦ ટકા છે. તેમજ બિન પિયત જમીનનું પ્રમાણ વધુ જોવા મળે છે. પસંદ કરેલા કુટુંબોમાં કુનબી, વારલી, ભીલ જ્ઞાતિના આદિવાસી કુટુંબો પાસે પિયત જમીન છે. જ્યારે ગામિત, કુંકણા, કોંકણી જ્ઞાતિના આદિવાસી કુટુંબો પાસે પિયત જમીન નથી.

૧૮. કુનબી જ્ઞાતિના આદિવાસી કુટુંબો સૌથી વધુ રોકાણ અન્ય ક્ષેત્રમાં કરે છે. જેમકે સખી મંડળ, જૂથ મંડળ વગેરેમાં કુંકણા જ્ઞાતિના કુટુંબો પણ અન્ય ક્ષેત્રમાં સૌથી વધુ રોકાણ કરે છે. કોંકણી, વારલી, ગામિત જ્ઞાતિના કુટુંબો બેંકમાં સૌથી વધુ રોકાણ કરે છે. જ્યારે ભીલ જ્ઞાતિના કુટુંબો અન્ય જગ્યાએ રોકાણ કરે છે. તેમજ ૫.૫૬ ટકા કુટુંબો રોકાણ કરતાં નથી.

૧૯. પસંદ કરેલા કુટુંબોમાં સૌથી વધારે લોન કોંકણી અને વારલી જ્ઞાતિના આદિવાસી કુટુંબોએ લીધેલ છે. જે બેંક, શાહુકાર, સગા સંબંધી અને અન્ય પાસેથી લીધેલ છે.

૨૦. કુલ ૧૧.૧૧ ટકા જેટલા આદિવાસી કુટુંબોએ લોન લીધેલ છે, તેમજ ૮૮.૮૯ ટકા આદિવાસી કુટુંબોએ લોન લીધેલ નથી. જેમાં ૭૬.૬૭ ટકા કુટુંબોના માથે દેવું છે, જે ૨૫,૦૦૦ થી ઓછું છે.

૩૨. અભ્યાસક્ષેત્રે પસંદ કરેલા ઉત્તરદાતાઓમાં ૧૮ થી નાની વયે લગ્ન કરાવનારા સૌથી વધુ કુટુંબો ભીલ જ્ઞાતિના છે. જેનું પ્રમાણ ૬૪.૮૯ ટકા છે. ૧૮ થી ૨૧ વર્ષે લગ્ન કરાવનારા ઉત્તરદાતામાં સૌથી વધુ પ્રમાણ કોંકણી જ્ઞાતિના આદિવાસી કુટુંબોનું છે. જેનું પ્રમાણ ૭૭.૭૮ ટકા છે. તેમજ ૨૨ થી વધુ વયે લગ્ન કરાવનારા કુટુંબોનું પ્રમાણ કુનબી જ્ઞાતિના કુટુંબોનું છે. જેનું પ્રમાણ ૩૮.૮૦ ટકા છે.

૩૩. જીવનસાથી પસંદગીની બાબતમાં છોકરાની પસંદગીમાં આર્થિક સદ્ધરતાને વધુ મહત્ત્વ આપવામાં આવે છે. જ્યારે છોકરીની પસંદગીમાં કંઈ ખાસ ધ્યાનમાં લેવામાં આવતું નથી. છોકરી ગમે તેવી હોય તો પણ ચલલાવી લેવાય છે.

૩૪. આધુનિક પરિવર્તન સાથે ડાંગ જિલ્લાના પસંદ કરેલા કુટુંબોમાં પણ પહેરવેશમાં પરિવર્તન જોવા મળે છે. અમુક પ્રસંગમાં આધુનિક પહેરવેશ અને અમુક પ્રસંગમાં પરંપરાગત પહેરવેશ પહેરતા જોવા મળે છે.

૩૫. આધુનિક પરિવર્તન થવાથી હજીપણ કેટલીક પરંપરાગત રિવાજો બધા જ પસંદ કરેલ કુટુંબોમાં જોવા મળે છે. જેમકે બાળકના જન્મની બધી જ વિધિ દાયણ દ્વારા કરવામાં આવે છે.

૩૬. સગપણ નક્કી કરવા માટે પસંદ કરેલા આદિવાસી કુટુંબોમાં ૭૨.૯૬ ટકા કુટુંબો બોલપેન પરંપરાગત વિધિ દ્વારા જ સગપણ નક્કી કરે છે. પસંદ કરેલા કુનબી, કુંકણા, કોંકણી, વારલી, ગામિત અને ભીલ જ્ઞાતિના આદિવાસી કુટુંબોમાં સગપણ મોટાભાગના ઉત્તરદાતાઓ બોલપેન વિધિ દ્વારા જ સગપણ કરે છે. જ્યારે ગામિત જ્ઞાતિના આદિવાસી કુટુંબો સગાઈ (આધુનિક) વિધિને મહત્ત્વ આપે છે.

૩૭. પસંદ કરેલા કુટુંબોમાં લગ્ન પરંપરાગત વિધિથી વધુ થતા હોવાથી ગામના કોઈપણ મુખી કે વડીલ પાસે વધુ લગ્ન કરે છે. જેનું પ્રમાણ ૫૦.૭૫ ટકા છે. કુનબી જ્ઞાતિના કુટુંબો ૪૭.૭૬ ટકા લગ્ન ભગત પાસે લગ્ન કરાવે છે. વારલી, ગામિત અને ભીલ જ્ઞાતિના કુટુંબો અન્ય વ્યક્તિ પાસે લગ્ન કરાવે છે.

૩૮. મૃત દેહની અંતિમ ક્રિયા સમયે અભ્યાસક્ષેત્રના ૫૧.૪૯ ટકા કુટુંબો મૃત દેહને બાળે છે અને ૪૮.૫૧ ટકા કુટુંબો મૃતદેહને દાટે છે. જેમાં કુનબી, કુંકણા, કોંકણી, વારલી જ્ઞાતિના કુટુંબોમાં સૌથી વધુ કુટુંબો મૃત દેહને બાળે છે. અને ગામિત અને ભીલ જ્ઞાતિના આદિવાસી કુટુંબોમાં મૃતદેહને દાટે છે.

૩૯. મૃત આત્માની શાંતિ માટે મૃત્યુ પછી સૌથી વધુ કુટુંબો બારમાની વિધિ કરે છે. કુનબી, કુંકણા, વારલી જ્ઞાતિના કુટુંબોમાં મૃત આત્માની શાંતિ માટે થાળી કથા વધુ રાખવામાં આવે છે. કોંકણી અને ભીલ જ્ઞાતિના કુટુંબોમાં મૃત આત્માની શાંતિ માટે સૌથી વધુ કુટુંબો બારમાની વિધિ રાખે છે. તેમજ ગામિત જ્ઞાતિના કુટુંબોના સૌથી વધુ કુટુંબો અન્ય વિધિ રાખે છે.

૪૦. પસંદ કરેલાા કુટુંબોમાં કોઈપણ પ્રસંગે બલી આપવાની પ્રથા ખૂબ જ ઓછી જોવા મળે છે. પરંતુ ખ્રિસ્તી ધર્મ પાળનારા કુટુંબો બલી આપવાની પ્રથામાં માને છે. તેમજ ગામિત જ્ઞાતિના કુટુંબો ધાર્મિક પ્રસંગે બલી આપવાની પ્રથામાં માને છે.

પ્રસ્તુત અભ્યાસમાં ડાંગ જિલ્લાના આદિવાસીઓની આર્થિક અને સામાજિક સ્થિતિને લગતો છે. જેમાં ડાંગના લોકોના આર્થિક, સામાજિક, સાંસ્કૃતિક, વગેરેનો અભ્યાસ કરવામાં આવ્યો છે. આર્થિક સ્થિતિમાં સુધારો થઈ રહ્યો છે. જેનું કારણ શિક્ષણમાં થોડો વધારો થવાથી તેમજ પશુપાલનના વ્યવસાયનો વિકાસ થઈ રહ્યો છે. તેમજ અભ્યાસક્ષેત્રના ગામમાં સામાજિક અને સાંસ્કૃતિ બાબતોમાં પરંપરાનું સ્થાન જોવા મળે છે. આમ, **''આદિવાસીઓનું જીવન ધોરણ''**નું સંશોધન કર્યુ ત્યારે એવું લાગ્યું કે અત્યાર સુધીનું ભણતર એ ખરું ભણતર હતુ જ નહિ, માર્ગદર્શકના માર્ગદર્શન દ્વારા તેમજ અન્ય નિષ્ણાંતોના માર્ગદર્શન દ્વારા અભ્યાસ એજ ખરો અભ્યાસ એવી પ્રતિતિ થઈ.

સંદર્ભસૂચિ

૧. જાની બળવંત,વનસ્વર : (ગુજરાતના આદિવાસી સાહિત્યનો અભ્યાસગ્રંથ), ગુજરાત સાહિત્ય આકાદમી ગાંધીનગર (૨૦૦૪)

૨. દવે જે.કે. , ભારતમાં સમાજ, અનડાપ્રકાશ સને ૨૦૧૧-૨૦૧૨

૩. દવે જે.કે., સંશોધન પદ્ધતિ, અનડા પ્રકાશન ૨૦૧૩-૨૦૧૪

૪. પોપ્યુલર પ્રોફેસર્સ, આદિવાસી સમાજનું સમાજશાસ્ત્ર, પંકજ આર. ગાંધી ન્યૂ પોપ્યુલર પ્રકાશન સુરત, ૨૦૧૪-૧૫

૫. માહિતી પુસ્તીકા,(સુરત શહેર કોંકણી સમાજ વિકાસ મંડળ, સુરત), બિન સાંપ્રદાયિક અને બિન રાજકીય સંગઠન સામાજિક આર્થિક સમીક્ષા ગુજરાત, સુરત શહેર કોંકણી સમાજ મંડળ,સુરત સને ૨૦૧૩

૬. -----, સામાજિક આર્થિક સમીક્ષા ગુજરાત રાજ્ય, ગાંધીનગર, ૨૦૧૦

૭. Census, GUJARAT (Census-2011) Scheduled Tribe Population Statement – 15, ૨૦૧૦

૮. ગુપ્તા મંજૂ, જનજાતિઓકા સામાજિક આર્થિક ઉત્થાન – ૨૦૦૩, અર્જૂન પબ્લિકેશન હાઉશ

૯. ઠાકર મીનાક્ષી ઠાકર,આદિવાસી અને સંપ્રેષણ માધ્યમ (પ્રથમ આવૃત્તિ, ૨૦૦૭), યુનિવર્સિટી ગ્રંથ નિર્માણ બોર્ડ ગુજરાત રાજ્ય, અમદાવાદ - ૬, ૨૦૦૭

૧૦. પટેલ દિવ્યેશ એમ., આદિવાસીઓના આર્થિક વિકાસમાં ધ્રુવની ભૂમિકા (ડાંગ જિલ્લાને કેન્દ્રમાં રાખીને એક અભ્યાસ) એપ્રિલ-૨૦૧૧, એમ.ફિલ.ની પદવી માટે રજૂ કરેલ લઘુશોધ નિબંધ, વિરનર્મદ સાઉથ ગુજરાત યુનિવર્સિટી, સુરત

૧૧. મસવી મુસ્તાઅલી ઈ., આદિવાસીઓની પલટાતી આર્થિક સ્થિતિનો અભ્યાસ, માર્ચ, ૧૯૯૧, ગુજરાત વિદ્યાપીઠ અમદાવાદ – ૧૪

૧૨. ચિતળે, દતાત્રેય, ભાસ્કર ડાંગ એક સમ્યક દર્શન,ડાંગ જિલ્લા પંચાયત, આહવા-૧૯૭૮

૧૩. દોશી હરિશ, નકશામાં ગુજરાત ૨૦૦૧,ગ્રંથનિર્માણબોર્ડ અમદાવાદ

૧૪. સેન્સસ : ૨૦૦૧, વસ્તી ગણતરી પુસ્તિકા, આંકડા શાખા ડાંગ જિલ્લા પંચાયત, આહવા

૧૫. સેન્સસ : ૨૦૧૧, વસ્તી ગણતરી પુસ્તિકા, આંકડા શાખા ડાંગ જિલ્લા પંચાયત, આહવા

૧૬. ઉપાધ્યાય નિખિલેશ,વિકાસ વાટિકા ડાંગ જિલ્લો, ડાંગ જિલ્લા પંચાયત આહવા

૧૭. ------, ગુજરાતની આદિવાસી સંસ્કૃતિ (ડાંગ જિલ્લો), માહિતી ખાતું ગુજરાત રાજ્ય ગાંધીનગર, માર્ચ – ૨૦૦૩

પ્રશ્નાવલી

વિષય : *ડાંગ જિલ્લાના આદિવાસીઓના આર્થિક અને સામાજિક સ્થિતિનો અભ્યાસ*

સંશોધન કર્તા

સ્નેહલ ક.ગાંવિત

અર્થશાસ્ત્ર ભવન

સૌરાષ્ટ્ર યુનિવર્સિટી

રાજકોટ - ૫

વિભાગ - ૧ : (અ) ઉત્તરદાતાની સામાન્ય માહિતી :

૧.૧ નામ : ______________________

૧.૨ ગામ : ______________

૧.૩ જાતિ : ______________ ૧. સ્ત્રી ૨. પુરૂષ

૧.૪ ઉંમર : ______________

૧.૫ જ્ઞાતિ : ______________ પેટા જ્ઞાતિ : ______________

૧.૬ ધર્મ : ______________

૧.૭ શિક્ષણ : ______________

૧. અશિક્ષિત ૨. પ્રાથમિક

૩. માધ્યમિક ૪. ઉચ્ચ માધ્યમિક

૫. સ્નાતક ૬. અનુસ્નાતક કે તેથી વધુ

૧.૮ મુખ્ય વ્યવસાય : ______________

૧.ખેતી ૨.ખેતમજૂરી ૩. ખાનગી નોકરી

૪. સરકારી નોકરી ૫.વેપાર ધંધો ૬.પશુપાલન

૭.અન્ય

(બ) ઉત્તરદાતાની કુટુંબની માહિતી :

ક્રમ	કુટુંબના સભ્યોનું નામ	ઉત્તરદાતા સાથેનો સંબંધ	જાતિ		ઉંમર	કુટુંબના સભ્યોનું શિક્ષણ			વ્યવસાય	વાર્ષિક આવક
			સ્ત્રી	પુરૂષ		પ્રાથમિક	માધ્યમિક	ઉચ્ચ		
૧										
૨										
૩										
૪										
૫										
૬										
૭										

વિભાગ - ૨

૨. આર્થિક સ્થિતિ વિષયક માહિતી :

૨.૧ આવકનો મુખ્ય સ્ત્રોત અને તેની વાર્ષિક આવક :

૨.૧ ખેતી : ____________________

૨.૨ ખેતમજૂરી : ____________________

૨.૩ દુકાન : ____________________

૨.૪ નોકરી : ____________________

૨.૫ પશુપાલન : ____________________

૨.૬ અન્ય : ____________________

૨.૩ તમારી આવકના મુખ્ય સ્ત્રોતમાં આવકની સ્થિતિ શું છે?

૧. આવકની વૃદ્ધિ થઈ રહી છે.

૨. આવકની વૃદ્ધિ ઘટી રહી છે.

૩. આવકની સ્થિરતા છે.

૨.૪ તમારી પાસે જમીન છે? હા / ના

જો હા હોય તો કેટલી ?

એકરમાં : ____________

ગુણઠામાં : ____________

૨.૫ કેટલી જમીનમાં પિયતની સુવિધા છે ?

એકરમાં : ____________

ગુણઠામાં : ____________

૨.૬ રોકાણ કરો છો ? હા/ના

હા હોય તો કયા ક્ષેત્રમાં

૧. જમીન ૨. ઘરેણા (સોનું, ચાંદી)

૩. શેરબજારમાં ૪. બેંક

૫.વીમો, બચતપત્રો ૬. અન્ય

૨.૭ તમે કોઈ પણ કામ માટે લોન લીધેલી છે ? હા/ના

જો હા હોય તો શેના માટે ? અને કેટલી રકમ

૧. સામાજિક પ્રસંગ કયો પ્રસંગ ____________ ____________

૨.વ્યવસાય કયો વ્યવસાય ____________

____

૩. બિમારી કઈ બિમારી ____________ ____________

૪. શિક્ષણ કયા અભ્યાસ ____________

____

૫. ભૌતિક વસ્તુ કઈ વસ્તુ ____________ ____________

૨.૮ આ લોન કોની પાસેથી લીધેલી ?

૧. બેંક

૨. શાહુકાર

૩. સગા સંબધી

૪. અન્ય

૨.૯ તમારા પર દેવું છે ? હા/ના

દેવું હોય તો કેટલું ?

૧. ૨૫,૦૦૦ થી ઓછું

૨. ૨૫,૦૦૦ થી ૫૦,૦૦૦

૩. ૫૦,૦૦૦ થી ૧,૦૦,૦૦૦

૪. ૧,૦૦,૦૦૦ થી વધું

૩. સામાજિક અને સાંસ્કૃતિક પરિસ્થિતિ વિષયક માહિતી :

૩.૧ છોકરાના લગ્ન કેટલી ઉંમરે થયા છે ?

૧. ૧૮ થી નાની વયે

૨. ૧૮ થી ૨૧ વર્ષે

૩. ૨૨ થી વધુ વર્ષે

૩.૨ છોકરીના લગ્ન કેટલી ઉંમરે થાય છે ?

૧. ૧૮ થી નાની વયે

૨. ૧૮ થી ૨૧ વર્ષે

૩. ૨૨ થી વધુ વર્ષે

૩.૩ છોકરા-છોકરીના જીવન સાથી પસંદગીમાં કઈ બાબતોને ધ્યાનમાં લો છો ?

છોકરાની પસંદગીમાં	**છોકરીની પસંદગીમાં**
૧. આર્થિક સધ્ધરતા	૧. આર્થિક સધ્ધરતા
૨. સુંદરતા /દેખાવ	૨. સુંદરતા /દેખાવ
૩. ચારિત્રતા	૩. ચારિત્રતા
૪. ઉંમર	૪. ઉંમર
૫. શિક્ષણ	૫. શિક્ષણ
૬. અન્ય	૬. અન્ય

૩.૪ મુખ્યત્વે તમે કયો પોષાક પહેરો છો ?

૧. પરંપરાગત ૨. આધુનિક ૩. બંને

૩.૫ બાળકનું નામ કોણ રાખે છે ?

૧. દાયણ ૨. માતા-પિતા ૩. ભગત ૪. ફઈ

૫. અન્ય ૬. કુટુંબના બધા સાથે મળીને

૩.૬ બાળકના જન્મની બધી જ ધાર્મિક વિધિઓ

૧. દાયણ કરે છે

૨. બ્રાહ્મણ કરે છે

૩. ભગત કરે છે

૪. અન્ય

૩.૭ સગપણ નક્કી કઈ વિધિથી થાય છે?

૧. બોલપેન (પરંપરાગત વિધિ)

૨. સગાઈ (આધુનિક વિધિ)

૩. બંને વિધિ

૪. અન્ય

૩.૮ લગ્નની વિધિ કોણ કરાવે છે?

૧. ભગત ૨.બ્રાહ્મણ ૩. કોર્ટમાં ૪. અન્ય

૩.૯ મૃત દેહની અંતિમ ક્રિયા સમયે

૧. બાળવામાં આવે છે. ૨. દાટવામાં આવે છે.

૩.૧૦ મૃત આત્માના શાંતિ માટે મૃત્યુ પછી

૧. થાળી કથા ૨.બેસણું ૩. બારમાની વિધિ ૪. અન્ય

૩.૧૧ બલી આપવાની પ્રથા તમારા કુટુંબમાં પ્રચલિત છે ? હા / ના

જો 'હા' હોય તો

૧. ધાર્મિક પ્રસંગે ૨. જન્મ સમયે ૩. મૃત્યુ સમયે ૪. લગ્ન સમયે

www.ingramcontent.com/pod-product-compliance
Lightning Source LLC
Chambersburg PA
CBHW080833180526
45168CB00006B/2665

* 9 7 8 1 5 0 8 9 5 0 0 7 3 *